ภาษาเกาหลี ซอกัง 1B

หนังสืออ้างอิงไวยากรณ์และคำศัพท์

문법·단어 참고서

STUDENT'S BOOK

1B

หนังสืออ้างอิงไวยากรณ์และคำศัพท์

주소 서울시 마포구 백범로 35 서강대학교 한국어교육원
Tel (82-2) 713-8005
Fax (82-2) 701-6692
e-mail sogangkorean@sogang.ac.kr

서강대학교 한국어교육원
http://klec.sogang.ac.kr

K.L.E.C

서강한국어 교사 사이트
http://koreanteachers.org

Sogang Korean Teachers

여름 특별과정(7-8월)
http://koreanimmersion.org

S.K.I.P

출판·판매·유통

초판 발행 2024년 8월 30일
펴낸이 박영호
펴낸곳 (주)도서출판 하우
주소 서울시 중랑구 망우로68길 48
Tel (82-2) 922-7090 Fax (82-2) 922-7092
홈페이지 http://www.hawoo.co.kr e-mail hawoo@hawoo.co.kr
등록번호 제2016-000017호

สารบัญ

ไวยากรณ์เป้าหมายและคำศัพท์เพิ่มเติม

	ไวยากรณ์เป้าหมาย	คำศัพท์เพิ่มเติม
บทที่ 1	–(으)ㄹ 수 있어요/없어요 –아/어야 해요 –아/어요 (형용사)	
บทที่ 2	–(으)ㄴ –지 않아요 –아/어 보세요	
บทที่ 3	–하고 –고 –(으)ㄹ까요? ①	
บทที่ 4	–(으)세요 ② –(으)셨어요	신체 명사
บทที่ 5	–(으)ㄹ 줄 알아요/몰라요 –거나 –지만	운동과 악기
บทที่ 6	–고 있어요 못 보다 더	
บทที่ 7	–아/어 주세요 –아/어 드릴게요 –아/어 봤어요	
บทที่ 8	–아/어서① –지요? –(으)려고 해요	

-(으)ㄹ 수 있어요/없어요
-아/어야 해요
-아/어요 (형용사)

-(으)ㄹ 수 있어요/없어요 : สามารถ ได้ / ไม่สามารถ ไม่ได้

ตัวอย่าง A: 토요일에 미나 씨하고 한강공원에 갈 거예요. **같이 갈 수 있어요**?
(ผมจะไปสวนสาธารณะแม่น้ำฮันกับคุณมีนาในวันเสาร์ ไปด้วยกันได้ไหมครับ)
B: 네, 좋아요. 같이 가요. (ค่ะ ดีค่ะ ไปด้วยกันค่ะ)

ความหมาย

- "-(으)ㄹ 수 있어요" ใช้แสดงความสามารถ ความเป็นไปได้ หรือการอนุญาต
  "-(으)ㄹ 수 없어요" เป็นรูปปฏิเสธ ใช้แสดงความเป็นไปไม่ได้ หรือการไม่อนุญาต

โครงสร้าง

- รากศัพท์ที่ไม่มีตัวสะกด จะใช้ "-(으)ㄹ 수 있어요/없어요" และรากศัพท์ที่ไม่มีตัวสะกด จะใช้ "-을 수 있어요/없어요"

가다 : 가 -ㄹ 수 있어요/없어요 → 갈 수 있어요/없어요
ไป

먹다 : 먹 -을 수 있어요/없어요 → 먹을 수 있어요/없어요
กิน

ตัวอย่าง
① 영어를 **할 수 있어요**. (สามารถพูดภาษาอังกฤษได้ค่ะ)
② 오늘 **갈 수 있어요**. (วันนี้ไปได้ครับ)
③ 오늘 같이 공부**할 수 없어요**. (วันนี้อ่านหนังสือด้วยกันไม่ได้ค่ะ)

!

① คำกริยา "ㄷ" ที่ไม่ผันตามกฎ
การผัน "ㄷ" แบบไม่เป็นไปตามกฎ คือ ตัวสะกด "ㄷ" ที่อยู่หน้าวิภัตติปัจจัยที่ขึ้นต้นด้วยสระจะกลายเป็น "ㄹ" หากผันกับ "-(으)ㄹ 수 있어요" ตัวสะกด "ㄷ" จะเปลี่ยนเป็น "ㄹ"

걷다 : 걷 -을 수 있어요 → 걸을 수 있어요
เดิน

② การละตัวสะกด “ㄹ”

หากรากคำศัพท์ของคำกริยาเจอกับ “ㄹ” จะละ “ㄹ” ของรากศัพท์ และเติม “-ㄹ 수 있어요”

살다 : 사 -ㄹ 수 있어요 → 살 수 있어요
อยู่ อาศัย

-아/어야 해요 : ต้อง ควร

ตัวอย่าง A: 정말요? 요즘 바빠요? (จริงเหรอคะ ช่วงนี้ยุ่งเหรอคะ)
B: 네, 프로젝트가 있어요. 그래서 서류를 **만들어야 해요**.
(ครับ มีโปรเจ็กต์ครับ เลยต้องทำเอกสารครับ)

ความหมาย

- “-아/어야 해요” ใช้หลังคำกริยา คำคุณศัพท์ “이다/아니다” และ “있다/없다” เพื่อแสดงว่าต้องทำการกระทำหรือมีสภาพบางอย่าง

โครงสร้าง

- หากตัวสะกดของรากศัพท์คำหน้าเป็น “ㅏ” หรือ “ㅗ” จะเติม “-아야 해요” ข้างหลัง หากตัวสะกดของรากศัพท์เป็นสระอื่นนอกเหนือจาก “ㅏ” หรือ “ㅗ” จะเติม “-어야 해요” ข้างหลัง หากคำกริยาข้างหน้าเป็น “하다” จะเติม “-여야 해요” แต่ “하+여야 해요” สามารถลดรูปเหลือ “-해야 해요” ได้

가다 : 가 -아야 해요 → 가야 해요
ไป

먹다 : 먹 -어야 해요 → 먹어야 해요
กิน

친절하다 : → 친절해야 해요
ใจดี

!

① คำกริยา “ㄷ” ที่ไม่ผันตามกฎ

การผัน “ㄷ” แบบไม่เป็นไปตามกฎ คือ ตัวสะกด “ㄷ” ที่อยู่หน้าวิภัตติปัจจัยที่ขึ้นต้นด้วยสระ จะกลายเป็น “ㄹ” หากผันกับ “-아/어야 해요” ตัวสะกด “ㄷ” จะเปลี่ยนเป็น “ㄹ”

듣다 : 듣 -어야 해요 → 들어야 해요

② คำกริยาและคำคุณศัพท์ "ㅡ" ที่ไม่ผันตามกฎ

쓰다 : 쓰 - 어야 해요 → ㅆ - 어야 해요 → 써야 해요
เขียน ใช้

③ คำคุณศัพท์ "ㅂ" ที่ไม่ผันตามกฎ
หากรากศัพท์ของคำคุณศัพท์ลงท้ายด้วยตัวสะกด "ㅂ" จะเปลี่ยนตัวสะกด "ㅂ" เป็น "우" แล้วเติม "-어야 해요"

쉽다 : 쉽 - 어야 해요 → 쉬우 - 어야 해요 → 쉬워야 해요
ง่าย

ตัวอย่าง ① 집에 **가야 해요**. (ต้องไปบ้านค่ะ)
② 밥을 **먹어야 해요**. (ต้องกินข้าวครับ)
③ 선생님은 **친절해야 해요**. (ครูต้องใจดีค่ะ)

-아/어요(형용사) : คำคุณศัพท์

ตัวอย่าง A: 가격이 어때요? (ค่าเช่าบ้านเป็นอย่างไรครับ)
B: 좀 **비싸요**. 하지만 학교가 아주 **가까워요**. 그래서 아침에 늦게까지 잘 수 있어요. 진짜 **편해요**. (แพงอยู่เหมือนกันค่ะ แต่ก็ใกล้กับโรงเรียนมาก ตอนเช้าก็เลยนอนตื่นสายได้ สะดวกมาก ๆ เลยค่ะ)

ความหมาย

- คำคุณศัพท์เป็นคำศัพท์ที่อธิบายสภาพของสิ่งต่าง ๆ

โครงสร้าง

- คำคุณศัพท์มีการเปลี่ยนรูปเมื่อผันกับวิภัตติปัจจัยเช่นเดียวกับคำกริยา

ตัวอย่าง ① 꽃이 **아름다워**요. (ดอกไม้สวย)
② 방이 **작아요**. (ห้องเล็ก)
③ 한국 영화가 **재미있어요**. (ภาพยนตร์เกาหลีสนุก)

ปัจจุบันกาล

	ปัจจุบันกาล
좋다 (ดี)	좋아요
크다 (ใหญ่)	커요
많다 (เยอะ)	많아요
싸다 (ราคาถูก)	싸요
높다 (สูง)	높아요
길다 (ยาว)	길어요
빠르다 (เร็ว)	빨라요
덥다 (ร้อน)	더워요
가깝다 (ใกล้)	가까워요
어렵다 (ยาก)	어려워요
맛있다 (อร่อย)	맛있어요
재미있다 (สนุก)	재미있어요

↔

	ปัจจุบันกาล
나쁘다 (ไม่ดี แย่)	나빠요
작다 (เล็ก)	작아요
적다 (น้อย)	적어요
비싸다 (แพง)	비싸요
낮다 (ต่ำ)	낮아요
짧다 (สั้น)	짧아요
느리다 (ช้า)	느려요
춥다 (หนาว)	추워요
멀다 (ไกล)	멀어요
쉽다 (ง่าย)	쉬워요
맛없다 (ไม่อร่อย)	맛없어요
재미없다 (ไม่สนุก)	재미없어요

-(으)ㄴ
-지 않아요
-아/어 보세요

-(으)ㄴ : วิภัตติปัจจัยที่ใช้กับคำคุณศัพท์ เพื่อขยายหน้าคำนามหรือนามวลี

ตัวอย่าง A: 노트북요? 이거 어때요? (โน้ตบุ๊กเหรอครับ เครื่องนี้เป็นอย่างไรบ้างครับ)
B: 좀 무거워요. **가벼운** 노트북 없어요? (หนักไปหน่อยครับ ไม่มีโน้ตบุ๊กเบา ๆ เหรอครับ)

ความหมาย

- ใช้เติมหลังคำคุณศัพท์ เพื่อแสดงคุณสมบัติหรือสภาพในปัจจุบันของสิ่งต่าง ๆ

โครงสร้าง

예쁘다 : 예쁘 -ㄴ → 예쁜 꽃

작다 : 작 -은 → 작은 방

คำคุณศัพท์		
รูปพื้นฐาน	วิภัตติปัจจัยเติมท้าย	หน้าคำนาม
예쁘다(สวย) 작다(เล็ก)	꽃이 예뻐요. 방이 작아요.	예쁜 꽃 작은 방

!

คำว่า "있다, 없다" "재미있다" "맛있다" จะใช้ "-는" แทน "-(으)ㄴ"

맛있다 : 맛있 -는 → 맛있는 음식(อาหารอร่อย)
재미없다 : 재미없 -는 → 재미없는 사람(คนที่ไม่น่าสนใจ)

คำคุณศัพท์ "ㅂ" ที่ไม่ผันตามกฎ
หากรากศัพท์ของคำคุณศัพท์ลงท้ายด้วยตัวสะกด "ㅂ" จะเปลี่ยนตัวสะกด "ㅂ" เป็น "우" แล้วเติม "-ㄴ"

쉽다 : 쉽 -은 → 쉬우 -은 → 쉬운
ง่าย

-지 않아요 : ใช้กับรูปปฏิเสธของคำกริยาและคำคุณศัพท์

ตัวอย่าง A: **맵지 않아요**? (ไม่เผ็ดเหรอคะ)
B: 안 매워요. (ไม่เผ็ดค่ะ)

ความหมาย

- "-지 않다" ใช้ได้กับทั้งคำคุณศัพท์และคำกริยาเพื่อแสดงการปฏิเสธ สามารถผันโดยใช้ "-지 않다" ได้เลย โดยไม่จำเป็นต้องคำนึงว่าคำกริยาหรือคำคุณศัพท์มีตัวสะกดหรือไม่

โครงสร้าง

- "-지 않다" ใช้ได้กับทั้งคำคุณศัพท์และคำกริยาเพื่อแสดงการปฏิเสธ (สามารถผันโดยใช้ "-지 않다" ได้เลย โดยไม่จำเป็นต้องคำนึงว่าคำกริยาหรือคำคุณศัพท์มีตัวสะกดหรือไม่)

[คำกริยา] 가다 : 가 -지 않다 → 가지 않아요(= 안 가요)
먹다 : 먹 -지 않다 → 먹지 않아요(= 안 먹어요)
숙제하다 : 숙제하 -지 않다 → 숙제하지 않아요 (= 숙제 안 해요)

[คำคุณศัพท์] 친절하다 : 친절하 -지 않다 → 친절하지 않아요 (= 안 친절해요)

ตัวอย่าง A: 학교에 가요? (ไปโรงเรียนไหมครับ)

B: 아니요, 학교에 **가지 않아요**. (ไม่ครับ ไม่ไปโรงเรียนครับ)

-아/어 보세요 : ลอง...ดู

ตัวอย่าง A: 이 티셔츠 좀 입어 볼 수 있어요? (ขอลองสวมเสื้อยืดตัวนี้ดูหน่อยได้ไหมคะ)

B: **네, 입어 보세요**. 아주 예쁜 티셔츠예요. (ได้ครับ ลองสวมดูสิครับ เป็นเสื้อยืดที่สวยมาก ๆ เลยครับ)

ความหมาย

- "-아/어 보세요" เป็นสำนวนที่แนะนำหรือเสนอแนะให้ใครบางคนลองทำหรือพยายามทำบางสิ่งบางอย่าง

โครงสร้าง

- หากรากศัพท์ของคำกริยาลงท้ายด้วย "ㅏ" หรือ "ㅗ"จะเติม "-아 보세요" หลังคำกริยา และหากรากศัพท์ของคำกริยาลงท้ายด้วยสระอื่น นอกเหนือจาก "ㅏ" หรือ "ㅗ" จะเติม "-어 보세요" หลังคำกริยา ส่วนคำกริยาที่ลงท้ายด้วย "하다" จะเติม "-여 보세요" และสามารถลดรูปให้เหลือเพียง "해 보세요" ได้

가다 : 가 -아 보세요 → 가 보세요 (ลองไป)

먹다 : 먹 -어 보세요 → 먹어 보세요 (ลองรับประทาน)

말하다 : → 말해 보세요 (ลองพูด)

> **!**
>
> คำกริยาคำว่า "보다(ดู)" ไม่สามารถใช้กับ "-아 보다" ได้ จะใช้เป็น "보세요" เท่านั้น
>
> 보다 : 보 -아 보세요 → 봐 보세요(X) → 보세요(O)
>
> ตัวอย่าง 영화가 재미있어요. 한번 **보세요**. (ภาพยนตร์นี้สนุกค่ะ ลองดูสิคะ)

하고
-고
-(으)ㄹ까요? ①

하고 : และ กับ

ตัวอย่าง A: 그럼 우리 같이 서울을 구경할까요? (ถ้าอย่างนั้นเราไปชมกรุงโซลด้วยกันไหมครับ)
B: 네, 좋아요. 저는 인사동**하고** 북촌에 가고 싶어요. (ค่ะ ดีค่ะ ดิฉันอยากไปอินซาดงและพุกชนค่ะ)

ความหมาย

- เป็นคำชี้ที่ใช้เชื่อมคำนามกับคำนาม

ตัวอย่าง ① 김밥**하고** 떡볶이를 먹어요. (กินคิมบับและต็อกโบกี)
② 커피**하고** 녹차가 있어요. (มีกาแฟและชาเขียว)

- "하고" สามารถใช้วางข้างกันเพื่อเปรียบเทียบกันได้ แต่ก็มีความหมายว่า "ด้วยกัน กับ" ด้วยเช่นกัน

ตัวอย่าง 친구하고 영화관에 갔어요. (ไปโรงภาพยนตร์กับเพื่อน)

-고 : และ แล้วก็

ตัวอย่าง A: 그럼 같이 점심 먹을까요? (ถ้าอย่างนั้นกินข้าวกลางวันด้วยกันไหมครับ)
B: 좋아요. 같이 점심 **먹고** 산책해요. (ดีค่ะ กินข้าวกลางวันแล้วไปเดินเล่นด้วยกันนะคะ)

ความหมาย

- "-고" ทำหน้าที่เชื่อมอนุประโยคสองอนุประโยค

โครงสร้าง

- "-고" ใช้กับคำกริยา คำคุณศัพท์ "-이다/아니다" "있다/없다" สามารถใช้ได้โดยไม่ต้องเปลี่ยนโครงสร้าง ไม่ต้องคำนึงว่ารากศัพท์มีตัวสะกดหรือไม่

ตัวอย่าง ① 소라 씨는 텔레비전을 **보고** 미나 씨는 공부해요. (คุณโซระดูโทรทัศน์ และคุณมีนาอ่านหนังสือ)

② 사전이 **작고** 가벼워요. (พจนานุกรมเล่มนี้เล็กและเบา)

• "-고" ใช้เชื่อมโยงการกระทำ สภาพ หรือสถานการณ์ต่าง ๆ ตั้งแต่สองอย่างขึ้นไป โดยแสดงถึงการเรียงลำดับง่าย ๆ ในกรณีนี้ ประธานของภาคแสดงในประโยคอาจเหมือนกันหรือต่างกันก็ได้

ตัวอย่าง ① **친절하고** 똑똑해요. (ใจดีและฉลาด)

② 앤디 씨가 기타를 **치고** 미나 씨가 노래해요. (คุณแอนดี้เล่นกีตาร์และคุณมีนาร้องเพลง)

• เมื่อประโยคแสดงอดีตหรืออนาคต รากศัพท์ของคำที่อยู่หน้า "-고" (ภาคแสดง) จะไม่เปลี่ยนรูป แต่ความสัมพันธ์ด้านเวลาของประโยคทั้งหมดจะแสดงโดยการผันกริยาในตอนท้าย

[คำกริยา] 책을 읽었어요. 그리고 텔레비전을 봤어요.
→ 책을 읽고 텔레비전을 봤어요. (อ่านหนังสือ แล้วก็ดูโทรทัศน์)

책을 읽을 거예요. 그리고 텔레비전을 볼 거예요.
→ 책을 읽고 텔레비전을 볼 거예요. (จะอ่านหนังสือ แล้วก็จะดูโทรทัศน์)

[คำคุณศัพท์] 피곤했어요. 그리고 배고팠어요.
→ 피곤하고 배고팠어요. (เหนื่อยและหิว)

ตัวอย่าง ① 어제 이리나 씨는 책을 **읽고** 텔레비전을 봤어요. (เมื่อวานคุณอีรีนาอ่านหนังสือ แล้วก็ดูโทรทัศน์)

② 내일 이리나 씨는 책을 **읽고** 텔레비전을 **볼 거예**요. (พรุ่งนี้คุณอีรีนาจะอ่านหนังสือ แล้วก็จะดูโทรทัศน์)

③ 작년 여름에는 **덥고** 비가 많이 **왔어요**. (ฤดูร้อนปีที่แล้ว อากาศร้อนและฝนตกหนัก)

-(으)ㄹ까요?① : กันไหม

ตัวอย่าง A: 우리 같이 **등산할까요**? 사라 씨하고 같이 등산하고 싶어요. (พวกเราไปเดินเขาด้วยกันไหมครับ อยากไปเดินเขากับคุณซาร่าครับ)

B: 미안해요. 내일 아르바이트를 해요. (ขอโทษนะคะ พรุ่งนี้ต้องทำงานพิเศษค่ะ)

ความหมาย

- เมื่อประธานคือ “พวกเรา” ที่รวมถึงผู้ฟังด้วย จะเป็นการถามความเห็นของฝ่ายตรงข้าม โดยทั่วไปแล้วจะละประธาน

ตัวอย่าง 갈까요? (ไปกันไหมครับ)

โครงสร้าง

- “-(으)ㄹ까요?” ใช้กับคำกริยาและ “있다” (เฉพาะเมื่อ “있다” หมายถึง การอยู่ หรือพักอยู่ที่ใดที่หนึ่ง) ในกรณีที่รากศัพท์ของคำกริยาไม่มีตัวสะกด จะใช้ “-ㄹ까요?” และในกรณีที่รากศัพท์ของคำกริยามีตัวสะกด จะใช้ “-을까요?”

먹다 : 먹 -을까요? → 먹을까요?

보다 : 보 -ㄹ까요? → 볼까요?

ตัวอย่าง ① 같이 영화를 **볼까요**? (ไปดูภาพยนตร์ด้วยกันไหมครับ)
② 같이 점심을 **먹을까요**? (ไปกินอาหารกลางวันด้วยกันไหมคะ)

!

① คำกริยา “ㄷ” ที่ไม่ผันตามกฎ

การผัน “ㄷ” แบบไม่เป็นไปตามกฎ คือ ตัวสะกด “ㄷ” ที่อยู่หน้าวิภัตติปัจจัยที่ขึ้นต้นด้วยสระจะกลายเป็น “ㄹ” หากผันกับ -(으)ㄹ까요?” ตัวสะกด “ㄷ” จะเปลี่ยนเป็น “ㄹ”

걷다 : 걷 -을까요? → 걸을까요?

② การละตัวสะกด “ㄹ”

หากรากศัพท์ของคำกริยาเจอกับ “ㄹ” จะละ “ㄹ” และเติม “-ㄹ까요” หลังรากศัพท์ของคำกริยา

만들다 : 만드 -ㄹ까요? → 만들까요?

ตัวอย่าง ① 좀 걸을까요? (ไปเดินกันสักหน่อยไหมคะ)
② 같이 음식을 만들까요? (ทำอาหารด้วยกันไหมคะ)

ให้ใช้ “-아/어요” เมื่อยอมรับข้อเสนอของฝ่ายตรงข้าม

ตัวอย่าง ① A : 같이 영화를 볼까요? (ไปดูภาพยนตร์ด้วยกันไหมครับ)
B : 네, 좋아요. 봐요. (ค่ะ ดีค่ะ ไปดูกันค่ะ)

② A : 커피 마실까요? (ดื่มกาแฟไหมคะ)
B : 네, 마셔요. (ค่ะ ดื่มค่ะ)

บทที่ 4

-(으)세요②
-(으)셨어요
신체 명사

-(으)세요 ② : คำลงท้ายรูปยกย่อง

ตัวอย่าง A: 민수 씨는 매운 음식을 **좋아하세요**? (คุณมินซูชอบอาหารเผ็ดเหรอคะ)
B: 네, 좋아해요. (ครับ ชอบครับ)

ความหมาย

- “-(으)세요” ปรากฏในหนังสือภาษาเกาหลี ซอกัง 1A ใช้กับคำกริยาเพื่อแสดงคำสั่งหรือคำขอที่เป็นทางการและสุภาพ คำลงท้าย “-(으)세요” นี้ แสดงถึงความเคารพของผู้พูดที่มีต่อประธานของประโยค

โครงสร้าง

- ประธานของประโยคคือผู้ฟังหรือบุคคลที่ 3 ดังนั้น “-(으)세요” จะใช้ในประโยคที่ประธานเป็นบุรุษที่ 2 หรือบุรุษที่ 3 เท่านั้น ไม่ใช่บุรุษที่ 1
- ในกรณีที่รากศัพท์ของคำกริยาหรือคำคุณศัพท์มีตัวสะกด ให้ใช้ “-으세요” และถ้าไม่มีตัวสะกด ให้ใช้ “-세요”

[คำกริยา] 가다 : 가 -세요 → 가세요

읽다 : 읽 -으세요 → 읽으세요

[คำคุณศัพท์] 친절하다 : 친절하 -세요 → 친절하세요

ตัวอย่าง ① 선생님이 여섯 시에 집에 **가세요**. (คุณครูกลับบ้านตอน 6 โมง)
② 우리 어머니가 책을 **읽으세요**. (คุณแม่ของฉันอ่านหนังสือ)
③ 우리 아버지가 정말 **친절하세요**. (คุณพ่อของผมใจดีมาก)

① คำกริยา "ㄷ" ที่ไม่ผันตามกฎ

การผัน "ㄷ" แบบไม่เป็นไปตามกฎ คือ ตัวสะกด "ㄷ" ที่อยู่หน้าวิภัตติปัจจัยที่ขึ้นต้นด้วยสระจะกลายเป็น "ㄹ" หากผันกับ "-(으)세요" ตัวสะกด "ㄷ" จะเปลี่ยนเป็น "ㄹ"

듣다 : 듣 -으세요 → 들으세요

② การละตัวสะกด "ㄹ"

หากรากศัพท์ของคำกริยาเจอกัน "ㄹ" จะละ "ㄹ" และเติม "-세요" หลังรากศัพท์ของคำกริยา หรือคำคุณศัพท์

살다 : 살 -으세요 → 사 -세요 → 사세요

③ คำกริยาและคำคุณศัพท์ "ㅂ" ที่ไม่ผันตามกฎ

หากรากศัพท์ของคำกริยาหรือคำคุณศัพท์ลงท้ายด้วยตัวสะกด "ㅂ" และมีสระตามมา จะเปลี่ยนตัวสะกด "ㅂ" เป็น "우" หากใช้ไวยากรณ์ "-으세요" ตัวสะกด "ㅂ" ของคำกริยาและคำคุณศัพท์ที่ไม่ผันตามกฎจะเปลี่ยนเป็น "우"

춥다 : 춥 -으세요 → 추우 -으세요 → 추우세요

• รูปแบบการผัน "-(으)세요" จะเหมือนกันทั้งในประโยคคำถามและประโยคบอกเล่า

ตัวอย่าง ① 마이클 씨, 지금 학교에 **가세요**? (คุณไมเคิล ตอนนี้จะไปโรงเรียนเหรอคะ)

② 마이클 씨 어머니가 **선생님이세요**? (คุณแม่ของคุณไมเคิลเป็นคุณครูเหรอครับ)

การตอบคำถามที่ลงท้ายด้วย "-(으)세요?" เมื่อตอบคำถามที่ลงท้ายด้วย "-(으)세요?" ไม่จำเป็นต้องใช้รูปสุภาพกับตัวเอง ให้ตอบด้วยรูป "-아/어요"

ตัวอย่าง A: 집에 가세요? (กลับบ้านเหรอคะ)

B: 네, 집에 **가요**. (ครับ กลับบ้านครับ)

คำกริยาบางคำมีรูปยกย่องพิเศษ

คำกริยา	รูป 요	คำพูดยกย่อง	
있다 (มี อยู่)	있어요	계세요	*있다: 있으세요
없다 (ไม่มี ไม่อยู่)	없어요	안 계세요	*없다: 없으세요
먹다 (กิน)	먹어요	드세요, 잡수세요	
마시다 (ดื่ม)	마셔요	드세요	
자다 (นอนหลับ)	자요	주무세요	
말하다 (พูด)	말해요	말씀하세요	

- รูปยกย่อง "계시다" ใช้กับประธานที่เป็นบุคคลเท่านั้น

ตัวอย่าง 우리 **할머니**께서 지금 집에 안 **계세요**. (ตอนนี้คุณย่าของผมไม่อยู่บ้าน)
(ประธานเป็นบุคคล) (ใช้เพื่อยกย่องคุณย่า)

- ในกรณีที่ "있다" หมายถึงการครอบครองหรือเป็นเจ้าของ จะใช้คำว่า "있으세요/없으세요" เพื่อแสดงความเคารพผู้ที่กระทำกริยา

ตัวอย่าง ① 오늘 오후에 **시간**이 **있으세요**? (บ่ายวันนี้มีเวลาไหมคะ)
(ประธานเป็นสิ่งของ)

② 우리 할머니는 **걱정**이 **없으세요**. (คุณย่าของผมไม่มีความกังวลใด ๆ ครับ)
(ประธานเป็นสิ่งของ)

เมื่อใช้รูปยกย่อง สามารถใช้ "께서" แทน "이/가" ซึ่งเป็นตัวชี้ประธานได้

어머니가 → 어머니께서

ตัวอย่าง 우리 어머니께서 오후에 시장에 가세요.
(ตอนบ่ายคุณแม่ของฉันไปตลาด)

-(으)셨어요: คำลงท้ายรูปยกย่อง (รูปอดีต)

ตัวอย่าง A: 언제 한국에 **<u>오셨어요</u>**? (มาประเทศเกาหลีเมื่อไหร่คะ)

B: 두 달 전에 왔어요. (มาเมื่อสองเดือนที่แล้วค่ะ)

ความหมาย

- รูปอดีตของรูปยกย่องจะเปลี่ยนจาก "-(으)세요" เป็น "-(으)셨어요"

โครงสร้าง

- "-(으)셨어요" ใช้หลังคำกริยาและคำคุณศัพท์ หากรากศัพท์ของคำกริยาหรือคำคุณศัพท์มีตัวสะกด จะใช้ "-으셨어요" แต่หากไม่มีตัวสะกด จะใช้ "-셨어요"

[คำกริยา] 가다 : 가 -셨어요 → 가셨어요

읽다 : 읽 -으셨어요 → 읽으셨어요

[คำคุณศัพท์] 친절하다 : 친절하 -셨어요 → 친절하셨어요

신체명사 : : คำนามเกี่ยวกับอวัยวะ

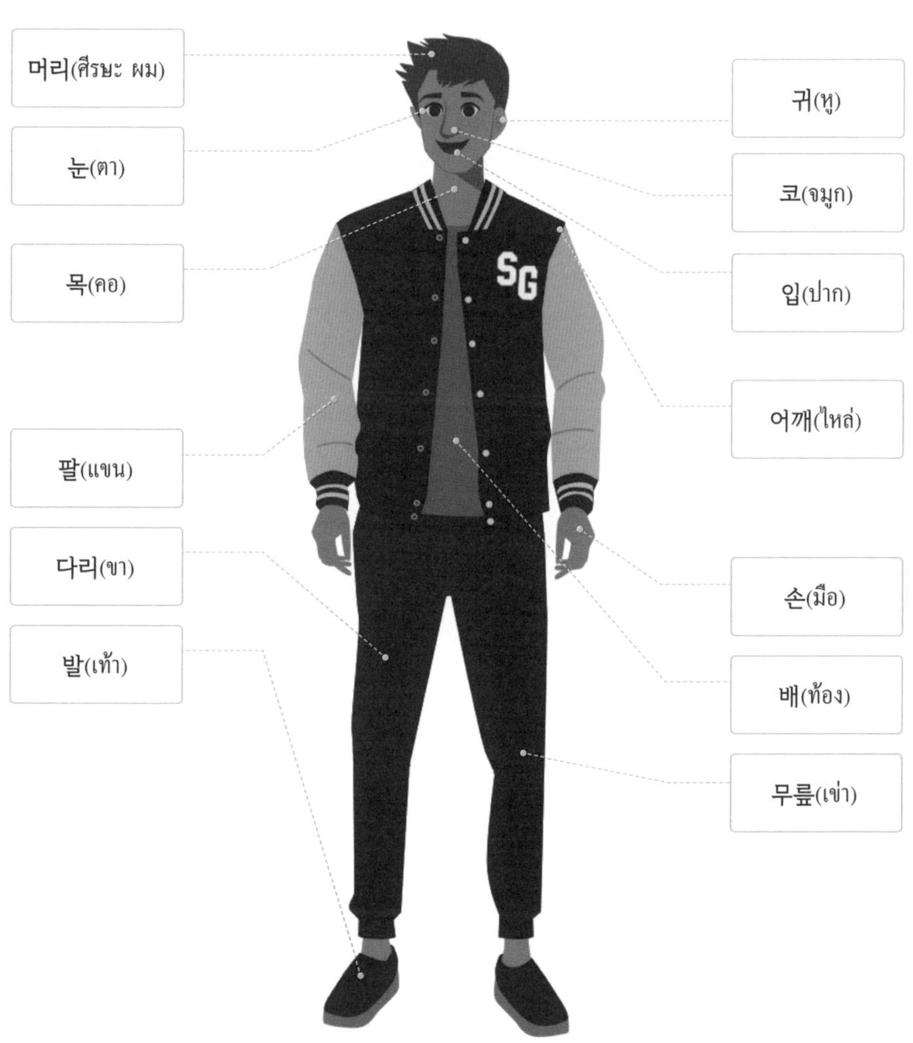

บทที่ 5

-(으)ㄹ 줄 알아요/몰라요　운동과 악기
-거나
-지만

-(으)ㄹ 줄 알아요/몰라요 : ทำเป็น / ทำไม่เป็น

ตัวอย่าง A: 한스 씨는 테니스 **칠 줄 아세요**? (คุณฮันส์เล่นเทนนิสเป็นไหมคะ)
B: 네, **칠 줄 알아요**. (ครับ เล่นเป็นครับ)

โครงสร้าง

- "-(으)ㄹ 줄 알아요/몰라요" ใช้เติมหลังรากศัพท์ของคำกริยา ในกรณีที่มีตัวสะกด จะใช้ "-을 줄 알아요/몰라요" ในกรณีที่ไม่มีตัวสะกด จะใช้ "-ㄹ 줄 알아요/몰라요"

수영하다 : 수영하 -ㄹ 줄 알아요 → 수영할 줄 알아요

읽다 : 읽 -을 줄 알아요 → 읽을 줄 알아요

ตัวอย่าง A: **수영할 줄 아세요**? (ว่ายน้ำเป็นไหมคะ)
B: 네, **수영할 줄 알아요**. (ครับ ว่ายน้ำเป็นครับ)
아니요, **수영할 줄 몰라요**. (ไม่ครับ ว่ายน้ำไม่เป็นครับ)

!

① คำกริยา "ㄷ" ที่ไม่ผันตามกฎ

การผัน "ㄷ" แบบไม่เป็นไปตามกฎ คือ ตัวสะกด "ㄷ" ที่อยู่หน้าวิภัตติปัจจัยที่ขึ้นต้นด้วยสระจะกลายเป็น "ㄹ" หากผันกับ "-을 줄 알아요" ตัวสะกด "ㄷ" จะเปลี่ยนเป็น "ㄹ"

듣다 : 듣 -을 줄 알아요 → 들을 줄 알아요

② การละตัวสะกด "ㄹ"

หากรากศัพท์ของคำกริยาเจอกับ "ㄹ" จะละ "ㄹ" และเติม "-ㄹ 줄 알아요" หลังรากศัพท์ของคำกริยา

만들다 : 만드 -ㄹ 줄 알아요 → 만들 줄 알아요

1) "-(으)ㄹ 줄 알다/모르다" แสดงความเป็นไปได้ หรือแสดงว่ามีความสามารถพื้นฐานหรือทักษะเฉพาะ ในขณะที่ "-(으)ㄹ 수 있다/없다" ใช้แสดงความเป็นไปได้เท่านั้น ทั้งสองไวยากรณ์สามารถใช้แทนกันได้ในกรณีดังต่อไปนี้

ตัวอย่าง 불고기를 만들 수 있어요. (สามารถทำพุลโกกีได้ค่ะ) = 불고기를 만들 줄 알아요. (ทำพุลโกกีเป็นค่ะ)
(ความสามารถเฉพาะ)

2) อย่างไรก็ตาม ในกรณีที่แสดงความเป็นไปได้โดยใช้ "-(으)ㄹ 수 있다/없다" ตามตัวอย่างต่อไปนี้ จะไม่สามารถใช้ "-(으)ㄹ 줄 알다/모르다" ได้

ตัวอย่าง 내일 영화를 볼 수 있어요. (O) (พรุ่งนี้ไปดูภาพยนตร์ได้ค่ะ ในความหมายที่ว่ามีเวลาดู เลยมีความเป็นไปได้ที่จะไปดู)
내일 영화를 볼 줄 알아요. (X)

-거나 : ใช้หลังคำกริยาและคำคุณศัพท์เพื่อแสดงว่าทำการกระทำหนึ่งในสองการกระทำนี้

ตัวอย่าง A: 시간이 있을 때 뭐 하세요? (ตอนมีเวลาทำอะไรคะ)
B: 운동을 **하거나** 음악을 들어요. (เล่นกีฬาหรือไม่ก็ฟังเพลงครับ)

ความหมาย

- "-거나" ใช้หลังคำกริยาหรือคำคุณศัพท์ เพื่อแสดงว่าเลือกได้หนึ่งอย่าง จากพฤติกรรม การกระทำ หรือสภาพตั้งแต่ 2 อย่างขึ้นไป

โครงสร้าง

- เมื่อใช้หลังคำกริยา คำคุณศัพท์ "이다/아니다" "있다/없다" จะไม่มีการเปลี่ยนรูป ไม่ว่าจะมีตัวสะกดหรือไม่

รากศัพท์ของคำกริยาหรือคำคุณศัพท์ -거나 คำกริยาหรือคำคุณศัพท์อื่น

[คำกริยา] 보다 + 읽다 → 보거나 읽어요.
먹다 + 마시다 → 먹거나 마셔요.

[คำคุณศัพท์] 좋다 / 나쁘다 → 좋거나 나빠요.

ตัวอย่าง ① 저녁에 텔레비전을 **보거나** 신문을 읽어요. (ตอนเย็นดูโทรทัศน์หรือไม่ก็อ่านหนังสือพิมพ์)

② 아침에 과일을 **먹거나** 주스를 마셔요. (ตอนเช้ากินผลไม้หรือไม่ก็ดื่มน้ำผลไม้)

- เมื่อแสดงการกระทำหรือพฤติกรรมในอดีตหรือปัจจุบัน จะไม่เปลี่ยนรูปคำกริยาที่อยู่หน้า "-거나" แต่จะเปลี่ยนรูปแค่คำกริยาที่อยู่ด้านหลัง

ตัวอย่าง A: 주말에 뭐 할 거예요? (สุดสัปดาห์นี้จะทำอะไรครับ)

B: 친구를 만나거나 여행을 갈 거예요. (จะไปหาเพื่อน หรือไม่ก็ไม่เที่ยวค่ะ)

"(이)나" มีความหมายเหมือนกับ "-거나" แต่จะใช้เชื่อมคำนาม 2 คำเข้าด้วยกันเท่านั้น "이나" ใช้หลังคำนามที่มีตัวสะกด และ "나" ใช้หลังคำนามที่ไม่มีตัวสะกด

คำนาม (이)나 คำนาม

책 + 신문 : 책이나 신문

커피 + 차 : 커피나 차

ตัวอย่าง ① 책**이나** 신문을 읽어요. (อ่านหนังสือหรือไม่ก็หนังสือพิมพ์)

② 커피**나** 차를 마셔요. (ดื่มกาแฟหรือไม่ก็ชา)

-지만 : แต่

ตัวอย่าง A: 테니스를 배우세요? 테니스 수업이 어떠세요?

(เรียนเทนนิสเหรอครับ เรียนเทนนิสเป็นอย่างไรบ้างครับ)

B: **어렵지만** 재미있어요. (ยากแต่สนุกค่ะ)

ความหมาย

- "-지만" เป็นคำเชื่อมที่ใช้เมื่อยอมรับเนื้อหาของประโยคก่อนหน้า แต่เสนอข้อเท็จจริงที่ตรงกันข้ามหรือแตกต่างออกไป

โครงสร้าง

- สามารถใช้ "-지만" ด้วยโครงสร้างเดียวกันได้ โดยไม่ต้องคำนึงว่ารากศัพท์ของคำกริยาหรือคำคุณศัพท์มีตัวสะกดหรือไม่

한국어가 어렵다 / 재미있다 → 한국어가 어렵지만 재미있어요.

갈비가 비싸다 / 맛있다 → 갈비가 비싸지만 맛있어요.

피아노를 칠 줄 모르다 / 기타를 칠 줄 알다 → 피아노를 칠 줄 모르지만 기타를 칠 줄 알아요.

ตัวอย่าง 그 옷은 멋있지만 너무 비싸요. (ชุดนั้นสวย แต่แพงมาก)

운동과 악기 : กีฬาและเครื่องดนตรี

- มีคำกริยาหลากหลายคำที่ใช้กับกีฬาและเครื่องดนตรี การใช้คำกริยาที่ถูกต้องนับเป็นเรื่องสำคัญ

수영 야구 축구 농구 태권도	+ 하다	테니스 배드민턴 탁구 골프 피아노 기타	+ 치다
자전거 스키 스케이트 스노보드	+ 타다	하모니카 플루트	+ 불다

บทที่ 6

-고 있어요
못
보다 더

-고 있어요 : กำลัง... ...อยู่

ตัวอย่าง A: 혹시 완 씨가 거기에 있어요? (ไม่ทราบว่าคุณวรรณอยู่ที่นั่นหรือเปล่าคะ)
B: 네, 지금 **숙제하고 있어요**. (ครับ ตอนนี้กำลังทำการบ้านอยู่ครับ)

ความหมาย

- "-고 있다" ใช้อธิบายการกระทำที่กำลังดำเนินอยู่ หรือการกระทำที่เกิดขึ้นซ้ำ ๆ

• โดยทั่วไปแล้ว เมื่อแสดงการกระทำที่กำลังดำเนินอยู่ ในขณะที่พูด จะใช้คำว่า "지금" ร่วมด้วย และเมื่อแสดงการกระทำที่เกิดขึ้นซ้ำ ๆ จะใช้คำว่า "요즘" ร่วมด้วย

ตัวอย่าง **[การกระทำที่กำลังดำเนินอยู่]**

완 씨가 지금 친구하고 통화하고 있어요.
(ตอนนี้คุณวรรณกำลังคุยโทรศัพท์กับเพื่อนอยู่ค่ะ)

렌핑 씨가 지금 PC방에서 게임하고 있어요.
(ตอนนี้คุณเหลินผิงกำลังเล่นเกมอยู่ที่ร้านเกมค่ะ)

[การกระทำที่เกิดขึ้นซ้ำ ๆ]

히로미 씨가 요즘 요리 학원에 다니고 있어요.
(ช่วงนี้คุณฮิโรมิกำลังเรียนทำอาหารที่โรงเรียนสอนทำอาหารอยู่)

투안 씨가 요즘 태권도를 배우고 있어요. (ช่วงนี้คุณตวนกำลังเรียนเทควันโดอยู่)

โครงสร้าง

• ใช้กับคำกริยา และสามารถเติม "-고 있다" หลังรากศัพท์ของคำกริยาได้เลย

보다 → 보고 있어요　　　　듣다 → 듣고 있어요

ตัวอย่าง 컴퓨터로 영화를 보고 있어요. (กำลังดูภาพยนตร์ทางคอมพิวเตอร์อยู่)

타쿠야 씨가 요즘 아침마다 라디오를 듣고 있어요. (ช่วงนี้คุณทาคุยะฟังวิทยุทุกเช้าเลย)

1) "-고 있다" สามารถเปลี่ยนรูปตามกาลได้

ตัวอย่าง [ปัจจุบันกาล] 저는 요즘 서강대학교에 **다니고 있어요**.
(ช่วงนี้ผมเรียนหนังสือที่มหาวิทยาลัยซอกังครับ)

[อดีตกาล] 저는 어제 7시에 텔레비전을 **보고 있었어요**.
(เมื่อวานตอน 7 โมงเช้า ผมกำลังดูโทรทัศน์อยู่ครับ)

[อนาคตกาล] 1년 후에 미국에서 **일하고 있을 거예요**.
(อีก 1 ปีข้างหน้า คงจะกำลังทำงานที่อเมริกาอยู่)

2) "있다" ใน "-고 있다" สามารถเปลี่ยนเป็น "계시다" ที่เป็นรูปยกย่องได้

ตัวอย่าง 밖에서 선생님이 기다리고 계세요. (ครูกำลังรออยู่ด้านนอก)
민수 : 아버지가 지금 뭐 하고 계세요?
(มินซู : ตอนนี้คุณพ่อกำลังทำอะไรอยู่)
미나 : 방에서 신문을 읽고 계세요.
(มีนา : กำลังอ่านหนังสือพิมพ์อยู่ในห้อง)

못 : ไม่สามารถ (ใช้กับคำกริยา แสดงการปฏิเสธ)

ตัวอย่าง A: 한스 씨, 어제 친구를 만났어요? (คุณฮันส์ เมื่อวานไปเจอเพื่อนมาเหรอคะ)
B: 아니요, **못** 만났어요. (เปล่าครับ ไม่ได้เจอครับ)

ความหมาย

- คำวิเศษณ์ "못" ที่ใช้หน้าคำกริยา ใช้แสดงความเป็นไปไม่ได้หรือการปฏิเสธอย่างหนักแน่น มีความหมายเหมือน "-지 못하다"

โครงสร้าง

- "못" และ "-지 못하다" ใช้กับคำกริยาทั้งคู่ แต่ "못" ใช้หน้าคำกริยา ส่วน "-지 못하다" ใช้หลังรากศัพท์ของคำกริยา โดยทั่วไป "-지 못하다" จะใช้รูปเดียวกันโดยไม่ต้องคำนึงว่ารากศัพท์มีตัวสะกดหรือไม่

ตัวอย่าง ① 파티에 **못** 가요. (ไปงานปาร์ตี้ไม่ได้ค่ะ)
② 파티에 **가지 못해요**. (ไปงานปาร์ตี้ไม่ได้ค่ะ)
* ① และ ② มีความหมายเหมือนกัน แต่ ① ให้ความรู้สึกใกล้เคียงกับภาษาพูดมากกว่า

!

ใช้ "못" หน้าคำกริยาเช่นเดียวกับ "안" แต่ในกรณีของคำกริยาที่ประกอบไปด้วยคำอักษรจีน 2 คำขึ้นไป + 하다 อย่างคำว่า "공부하다(เรียนหนังสือ)" จะใช้ "못" หน้า "하다"

ตัวอย่าง ① A : 친구를 만났어요? (ได้เจอเพื่อนไหมคะ)
B : 아니요, 못 만났어요. (ไม่ครับ ไม่ได้เจอครับ)

③ A : 숙제했어요? (ทำการบ้านแล้วเหรอคะ)
B : 아니요, 숙제 못 했어요. (ยังครับ ยังไม่ได้ทำการบ้านครับ)

보다 더 : กว่า

ตัวอย่าง A: 혹시 이 우산이에요? (ไม่ทราบว่าใช่ร่มคันนี้หรือเปล่าคะ)

B: 아니요, 이거**보다 더** 긴 우산이에요. (ไม่ใช่ครับ เป็นร่มที่ยาวกว่าร่มคันนี้ครับ)

ความหมาย

- "보다 더" ใช้เมื่อเปรียบเทียบ 2 สิ่ง โดยเปรียบเทียบคำนามที่อยู่หน้า "이/가" และคำนามที่อยู่หน้า "보다"

โครงสร้าง

- เติม "보다" หลังคำนาม และเติม "더" หลัง "보다" เพื่อเน้นการเปรียบเทียบ

[ประธาน] 이/가 [คำนาม] 보다 더 [คำกริยา / คำคุณศัพท์]

ตัวอย่าง ① 캐나다**가** 한국**보다 더** 커요. (ประเทศแคนาดาใหญ่กว่าประเทศเกาหลี)

② 한국말**이** 영어**보다 더** 어려워요. (ภาษาเกาหลียากกว่าภาษาอังกฤษ)

!

สามารถใช้ "더" โดยไม่ต้องใช้ "보다" ได้

ตัวอย่าง A : 코지 씨하고 토니 씨 중에서 누가 **더** 커요? (ระหว่างคุณโคจิกับคุณโทนี่ ใครสูงกว่ากัน)

B: 토니 씨가 **더** 커요. (คุณโทนี่สูงกว่า)

\+

สามารถสลับตำแหน่งของสิ่งที่ถูกเปรียบเทียบสองสิ่งในประโยคได้ คำนามหน้า "보다" คือสิ่งที่ถูกเปรียบเทียบ

ตัวอย่าง 한국보다 캐나다가 더 커요. (ประเทศแคนาดาใหญ่กว่าประเทศเกาหลี)

= 캐나다가 한국보다 더 커요. (ประเทศแคนาดาใหญ่กว่าประเทศเกาหลี)

-아/어 주세요
-아/어 드릴게요
-아/어 봤어요

-아/어 주세요 : ช่วย

ตัวอย่าง A: 저, 죄송하지만 자리 좀 **바꿔 주세요**. 너무 추워요. (เอ่อ ขอโทษนะครับ ช่วยเปลี่ยนที่ให้หน่อยนะครับ หนาวมากครับ)

B: 네, 알겠습니다. (ค่ะ ได้ค่ะ)

ความหมาย

- "-아/어 주세요" แสดงการขอร้องหรือการสั่งผู้ฟังอย่างสุภาพ

โครงสร้าง

- "-아/어 주세요" ใช้กับคำกริยา หากรากศัพท์ลงท้ายด้วย "ㅏ" หรือ "ㅗ" จะเติม "-아 주세요" และหากรากศัพท์ลงท้ายด้วยสระอื่น นอกเหนือจาก "ㅏ" หรือ "ㅗ" จะเติม "-어 주세요" ส่วนคำกริยาที่ลงท้ายด้วย "하다" จะเติม "-여 주세요" และสามารถลดรูปให้เหลือเพียง "해 주세요" ได้

닫다 : 닫 -아 주세요 → 닫아 주세요

읽다 : 읽 -어 주세요 → 읽어 주세요

하다 : → 해 주세요

ตัวอย่าง ① 문을 닫**아 주세요**. (ช่วยปิดประตูให้หน่อยค่ะ)

② 이 책을 읽**어 주세요**. (ช่วยอ่านหนังสือเล่มนี้หน่อยครับ)

③ **해 주세요**. (ช่วยทำหน่อยค่ะ)

!

① คำกริยาและคำคุณศัพท์ "으" ที่ไม่ผันตามกฎ

หากรากศัพท์ของคำกริยาและคำคุณศัพท์ลงท้ายด้วย "으" เจอกับสระ "-아/어" จะละ "으" หากผันกับ "-아/어 주세요" จะตัด "으" ทิ้ง

쓰다 : 쓰 -어 주세요 → 써 주세요

② คำกริยา “ㄷ” ที่ไม่ผันตามกฎ

การผัน “ㄷ” แบบไม่เป็นไปตามกฎ คือ ตัวสะกด “ㄷ” ที่อยู่หน้าวิภัตติปัจจัยที่ขึ้นต้นด้วยสระจะกลายเป็น “ㄹ” หากผันกับ “-아/어 주세요” ตัวสะกด “ㄷ” จะเปลี่ยนเป็น “ㄹ”

듣다 : 듣 -어 주세요 → 들어 주세요

③ คำกริยา “ㄹ” ที่ไม่ผันตามกฎ

หากรากศัพท์ของคำกริยาลงท้ายด้วย “르” และมี “ㅏ” หรือ “ㅗ” ตามมา จะตัดสระ “ㅡ” ของพยางค์ “르” และเติมตัวสะกด “ㄹ” ที่พยางค์หน้า

부르다 : 부르 -어 주세요 → 불러 주세요

ตัวอย่าง ① 전화번호를 써 주세요. (ช่วยเขียนเบอร์โทรศัพท์หน่อยครับ)
② 제 이야기를 좀 들어 주세요. (ช่วยฟังเรื่องราวของผมหน่อยครับ)
③ 택시를 불러 주세요. (ช่วยเรียกแท็กซี่ให้หน่อยค่ะ)

-아/어 드릴게요: จะทำให้

ตัวอย่าง A: 바야르 씨가 맛있는 식당 좀 소개해 주세요. (ยังไม่เคยลองกินเลยครับ คุณเบยาร์ดช่วยแนะนำร้านอาหารอร่อย ๆ ให้หน่อยสิครับ)

B: 네, 제가 **알려 드릴게요**. (ได้ค่ะ เดี๋ยวดิฉันจะแนะนำให้ค่ะ)

ความหมาย

- “-아/어 드릴게요” แสดงการให้ความช่วยเหลือหรือการทำตามคำขอของผู้อื่น

โครงสร้าง

- คำว่า “드릴게요” ใน “-아/어 드릴게요” มาจากคำว่า “드리다” ซึ่งเป็นรูปยกย่องของ “주다” ในรูปแบบประโยคนี้ ประธานจะต้องเป็นผู้ให้ความช่วยเหลือ ไม่ใช่ผู้รับความช่วยเหลือ

사다 → 사 드릴게요

가르치다 → 가르쳐 드릴게요

하다 → 해 드릴게요

ตัวอย่าง 같이 점심 먹으러 가요. 오늘 제가 점심을 **사 드릴게**요. (ไปกินอาหารกลางวันด้วยกันสิครับ วันนี้ผมจะเลี้ยงอาหารกลางวันเองครับ)

A: 사무실 전화번호 좀 가르쳐 주세요. (ช่วยบอกเบอร์โทรศัพท์ของสำนักงานให้หน่อยได้ไหมคะ)
B: 네, **가르쳐 드릴게요**. (ได้ครับ จะบอกให้ครับ)

A: 학교 사무실이 어디에 있어요? (ห้องสำนักงานของโรงเรียนอยู่ที่ไหนคะ)
B: 제가 **안내해 드릴게요**. 이쪽으로 오세요. (เดี๋ยวผมช่วยบอกให้นะครับ เชิญทางนี้ครับ)

!

① คำกริยา "으" ที่ไม่ผันตามกฎ

ตัวอย่าง A: 이름을 어떻게 쓰세요? (ชื่อเขียนอย่างไรคะ)
B: 제가 **써 드릴게요**. (ฉันจะเขียนให้ค่ะ)
(쓰다)

② คำกริยา "ㅂ" ที่ไม่ผันตามกฎ

ตัวอย่าง 제가 **도와 드릴게요**. (ฉันจะช่วยเองค่ะ)
(돕다)

③ คำกริยา "ㄹ" ที่ไม่ผันตามกฎ

ตัวอย่าง 케이크를 **잘라 드릴게요**. (จะช่วยตัดเค้กค่ะ)
(자르다)

-아/어 봤어요 : เคยลองทำบางอย่าง หรือมีประสบการณ์บางอย่าง

ตัวอย่าง A: 바야르 씨, 비빔밥 **먹어 보셨어요**? (คุณเบยาร์ด เคยลองกินพิบิมบับหรือยังครับ)
B: 네, **먹어 봤어요**. 가브리엘 씨는요?
(ค่ะ เคยลองกินแล้วค่ะ แล้วคุณกาเบรียลล่ะคะ)
A: 아직 못 **먹어 봤어요**. (ยังไม่เคยลองกินเลยครับ)

ความหมาย

- "-아/어 봤어요" ใช้หลังรากศัพท์ของคำกริยา แสดงประสบการณ์ในอดีตของบุคคล

โครงสร้าง

가다 : 가 -아 봤어요 → 가 봤어요

먹다 : 먹 -어 봤어요 → 먹어 봤어요

하다 : → 해 봤어요

ตัวอย่าง ① 제주도에 **가 봤어요**. (เคยไปเกาะเชจูโดมาแล้ว)
② 인삼을 **먹어 봤어요**. (เคยกินโสมแล้ว)
③ 한번 **해 봤어요**. (ลองทำไปครั้งหนึ่ง)

!

คำกริยา "보다(ดู)" ไม่สามารถใช้กับ "-아/어 봤어요" ได้ แต่จะใช้แค่ "봤어요" เพียงอย่างเดียว

보다 : 보 -아 봤어요 → ~~봐 봤어요~~. (X) → 봤어요. (O)

บทที่ 8

-아/어서①
-지요?
-(으)려고 해요

-아/어서 : เพราะฉะนั้น เพราะ

ตัวอย่าง A: 뭐가 제일 좋았어요? (ชอบอะไรที่สุดคะ)
B: 말하기 수업이 **재미있어서** 좋았어요. (ชอบเพราะวิชาการพูดสนุกครับ)

ความหมาย

- "-아/어서" ใช้แสดงเหตุผลหรือสาเหตุของการกระทำหรือสภาพ

ตัวอย่าง **배가 아파서** **병원에 갔어요**. (เพราะปวดท้อง จึงไปโรงพยาบาล)
(เหตุผล) (การกระทำ)

โครงสร้าง

- "-아/어서" ใช้หลังรากศัพท์ของคำกริยา คำคุณศัพท์ "이다/아니다" หรือ "있다/없다" หากรากศัพท์ลงท้ายด้วย "ㅏ" หรือ "ㅗ"จะเติม "-아서" และหากรากศัพท์ลงท้ายด้วยสระอื่น นอกเหนือจาก "아" หรือ "오" จะเติม "-어서" ส่วนคำที่ลงท้ายด้วย "하다" จะเติม "-어서" และสามารถลดรูป "하여" ให้เหลือเพียง "해" ได้

비싸다 : 비싸 -아서 → 비싸서
แพง

먹다 : 먹 -어서 → 먹어서
กิน

피곤하다 : → 피곤해서
เหนื่อย

!

① คำกริยาและคำคุณศัพท์ "으" ที่ไม่ผันตามกฎ
คำกริยาหรือคำคุณศัพท์ที่รากศัพท์ลงท้ายด้วยสระ "ㅡ" หากเติม "-아/어서" สระ "ㅡ" ของรากศัพท์จะถูกละ

바쁘다 : 바쁘 -아서 → 바빠서
ยุ่ง

크다: 크 -어서 → 커서
ใหญ่

② คำกริยา "ㄷ" ที่ไม่ผันตามกฎ
คำกริยาที่รากศัพท์ลงท้ายด้วยตัวสะกด "ㄷ" หากเติม "-아/어서" ตัวสะกด "ㄷ" ของรากศัพท์จะเปลี่ยนเป็น "ㄹ"

걷다 : 걷 -어서 → 걸어서
เดิน

③ คำกริยาและคำคุณศัพท์ "ㅂ" ที่ไม่ผันตามกฎ
คำกริยาและคำคุณศัพท์ที่รากศัพท์ลงท้ายด้วยตัวสะกด "ㅂ" หากเติม "-아/어서" ตัวสะกด "ㅂ" ของรากศัพท์จะเปลี่ยนเป็น "우"

덥다 : 덥 -어서 → 더워서
ร้อน

④ คำกริยาและคำคุณศัพท์ "르" ที่ไม่ผันตามกฎ
คำกริยาและคำคุณศัพท์ที่รากศัพท์ลงท้ายด้วย "ㄹ" หากเติม "-아/어서" สระ "ㅡ" ของรากศัพท์จะถูกละ และต้องเติมตัวสะกด "ㄹ"

모르다 : 모르 -아서 → 몰라서
ไม่รู้

ตัวอย่าง ① 바빠서 영화관에 안 가요. (เพราะยุ่ง จึงไม่ไปโรงภาพยนตร์)
② 많이 걸어서 다리가 아파요. (เพราะเดินเยอะ จึงปวดขา)
③ 더워서 문을 열었어요. (เพราะร้อน จึงเปิดประตู)
④ 몰라서 선생님한테 물어봤어요. (เพราะไม่ทราบ จึงถามคุณครู)

- เมื่อแสดงอดีตหรืออนาคต ภาคแสดงในอนุประโยคหลัง "-아/어서" (คำกริยาหรือคำคุณศัพท์) จะเปลี่ยนรูป แต่ภาคแสดงในอนุประโยคหน้า "-아/어서" จะไม่เปลี่ยนรูป หรือกล่าวได้อีกอย่างว่า ภาคแสดงในอนุประโยคหน้า "-아/어서" ต้องเป็นปัจจุบันกาลเสมอ

비싸요 -아서 → 비싸서 안 사요.

비쌌어요 -아서 → 비싸서 안 샀어요.

비쌀 거예요 -아서 → 비싸서 안 살 거예요.

ตัวอย่าง ① A: 왜 안 샀어요? (ทำไมไม่ซื้อ)
B: 비싸서 안 샀어요. (เพราะว่าแพง จึงไม่ซื้อ)

② A: 살 거예요? (จะซื้อเหรอ)
B: 아니요, 비싸서 안 살 거예요. (ไม่ เพราะแพง จึงจะไม่ซื้อ)

!

ไม่สามารถใช้ "-아/어서" กับประโยคคำสั่ง ("-(으)세요") หรือประโยคชักชวน ("-(으)ㄹ까요?") ได้

ตัวอย่าง ① 바빠서 내일 가세요. (X) → 바쁘니까 내일 가세요. (O) (เพราะว่ายุ่ง ไปวันพรุ่งนี้สิ)
② 바빠서 내일 갈까요? (X) → 바쁘니까 내일 갈까요? (O) (เพราะว่ายุ่ง ไปวันพรุ่งนี้กันไหม)

-지요? : ใช่ไหม

ตัวอย่าง A: 하루카 씨, **숙제했지요**? (คุณฮารุกะ ทำการบ้านแล้วใช่ไหมครับ)
B: 아니요, 못 했어요. (ยังค่ะ ยังไม่ได้ทำ)

ความหมาย

- "-지요" ใช้เติมรากศัพท์คำกริยาหรือคำนาม ใช้เมื่อผู้พูดตรวจสอบหรือขอความเห็นพ้องจากผู้ฟังเกี่ยวกับข้อเท็จจริงหรือคำชี้แจงใด ๆ

โครงสร้าง

ตัวอย่าง ① 날씨가 좋지요? (อากาศดีใช่ไหมคะ)
② 소라 씨가 참 친절하지요? (คุณโซระใจดีจริง ๆ เลยใช่ไหมล่ะคะ)
③ 숙제 다 했지요? (ทำการบ้านเสร็จหมดแล้วใช่ไหมครับ)

-(으)려고 해요 : จะ

ตัวอย่าง A: 방학 때 뭐 할 거예요? (ปิดเทอมจะทำอะไรครับ)
B: 저는 고향에 갔다 올 거예요. 앤디 씨는요?
(ดิฉันจะไปบ้านเกิดค่ะ แล้วคุณแอนดี้ล่ะคะ)
A: 저는 부산에 **여행 가려고 해요**. (ผมจะไปเที่ยวปูซานครับ)

ความหมาย

- ใช้เมื่อแสดงเจตนาหรือแผนการในอนาคตของผู้พูด

โครงสร้าง

- ใช้หลังรากศัพท์ของคำกริยา หากรากศัพท์ลงท้ายด้วยสระ ให้ใช้ "-려고 해요" หากรากศัพท์ลงท้ายด้วยพยัญชนะ ให้ใช้ "-으려고 해요"

가다 : 가 -려고 해요 → 가려고 해요

찾다 : 찾 -으려고 해요 → 찾으려고 해요

ตัวอย่าง ① 내일 영화관에 **가려고 해요**. (พรุ่งนี้จะไปโรงภาพยนตร์)
② 은행에서 돈을 **찾으려고 해요**. (จะถอนเงินที่ธนาคาร)

① คำกริยา “ㄷ” ที่ไม่ผันตามกฎ

หากผันคำกริยาที่รากศัพท์ลงท้ายด้วยตัวสะกด “ㄷ” กับ “-으려고 해요” ตัวสะกด “ㄷ” จะเปลี่ยนเป็น “ㄹ”

듣다 : 듣 -으려고 해요 → 들으려고 해요

② การละ “ㄹ”

คำกริยาที่รากศัพท์ลงท้ายด้วยตัวสะกด “ㄹ” สามารถผันกับ “-려고 해요” ได้เลย

살다 : 살 -려고 해요 → 살려고 해요

ตัวอย่าง ① 음악을 들으려고 해요. (จะฟังเพลงค่ะ)
② 서울에서 살려고 해요. (จะอาศัยอยู่ในโซลครับ)

불규칙 동사/형용사
คำกริยาและคำคุณศัพท์ที่ไม่ผันตามกฎ

▶ **คำกริยา “ㄷ” ที่ไม่ผันตามกฎ**

หากรากศัพท์ของคำกริยามีตัวสะกด “ㄷ” และมีสระตามมา ตัวสะกด “ㄷ” จะเปลี่ยนเป็นเสียง “ㄹ”

듣다(ฟัง): 듣 -어요 → 들어요
-었어요 → 들었어요
-을 거예요 → 들을 거예요

	กรณีที่มีสระตามมา (เปลี่ยนการออกเสียงตัวสะกดจาก ㄷ เป็น ㄹ)	กรณีที่มีพยัญชนะตามมา
듣다 (ฟัง)	들어요	듣고 싶어요
묻다 (ถาม)	물어요	묻고 싶어요
걷다 (เดิน)	걸어요	걷고 싶어요

“받다(ได้รับ)” และ “닫다(ปิด)” ไม่ใช่คำกริยาที่ไม่ผันตามกฎ

▶ **คำกริยาและคำคุณศัพท์ "르" ที่ไม่ผันตามกฎ**

ในกรณีที่คำกริยาและคำคุณศัพท์ลงท้ายด้วย "르" แล้วผันกับ "아" หรือ "어" จะต้องละสระ "ㅡ" แล้วเติมตัวสะกด "ㄹ" ที่พยางค์หน้า

모르다(ไม่รู้) : 모르 -아요 → 몰르 -아요 → 몰라요.

부르다(เรียก): 부르 -어요 → 불ㄹ -어요 → 불러요

ตัวอย่าง ① 지하철이 **빨라요**. (รถไฟฟ้าใต้ดินเร็ว)
② 앤디 씨 이메일 주소를 **몰라요**. (ไม่รู้อีเมลของคุณแอนดี้)

"ㅂ" ที่ไม่ผันตามกฎ	
모르다 (ไม่รู้)	몰라요
부르다 (เรียก)	불러요

คำคุณศัพท์ "르" ที่ไม่ผันตามกฎ	
빠르다 (เร็ว)	빨라요
다르다 (ต่าง)	달라요

▶ **คำคุณศัพท์ "ㅂ" ที่ไม่ผันตามกฎ**

คำกริยาหรือคำคุณศัพท์ที่รากศัพท์มีตัวสะกด "ㅂ" หากมีสระตามมา ให้เปลี่ยน "ㅂ" เป็น "우" แล้วผันกับ "-어요"

쉽다 (ง่าย) : 쉽 -어요 → 쉬우 -어요 → 쉬우어요 → 쉬워요

춥다 (หนาว) : 춥 -어요 → 추우 -어요 → 추우어요 → 추워요

คำคุณศัพท์ "ㅂ" ที่ไม่ผันตามกฎ	
쉽다 (ง่าย)	쉬워요
어렵다 (ยาก)	어려워요
춥다 (หนาว)	추워요
덥다 (ร้อน)	더워요

▶ **คำกริยาและคำคุณศัพท์ "ㄹ" ที่ไม่ผันตามกฎ (กรณีที่ "ㄹ" หายไป)**

หลังคำกริยาหรือคำคุณศัพท์ที่รากศัพท์มีตัวสะกด "ㄹ" อย่าง "살다(อยู่ อาศัย)" "놀다(เล่น)" "길다(ยาว)" หากมี "ㄴ" "ㅂ" "ㅅ" ตามมา ตัวสะกด "ㄹ" ของรากศัพท์จะหายไป

살다 (อยู่ อาศัย) : 살 -세요 → 사세요

알다 (รู้) : 알 -ㅂ니다 → 압니다

길다 (ยาว) : 길 -ㄴ → 긴 치마

มาลองจำวิธีละ "ㄹ" จากคำว่า "**나쁜 사람**" กันเถอะ

나 → ㄴ / 쁜 → ㅂ / 사람 → ㅅ

ตัวอย่าง ① 지금 어디에서 **사세요**? (ตอนนี้อาศัยอยู่ที่ไหนคะ)
② 할 줄 **압니다**. (รู้วิธีทำค่ะ)
③ 소라 씨가 보통 **긴** 치마를 입어요. (ปกติคุณโซระสวมกระโปรงยาวค่ะ)

คำกริยา "ㄹ" ที่ไม่ผันตามกฎ	-으세요	-ㅂ/습니다
살다 (อยู่ อาศัย)	사세요	삽니다
알다 (รู้)	아세요	압니다
만들다 (ทำ)	만드세요	만듭니다

คำศัพท์และสำนวนแต่ละบท

● คำนาม ■ คำกริยา ▲ คำคุณศัพท์ ◆ อื่น ๆ □ สำนวน

บทที่

1

말하기 การพูด

형용사① คำคุณศัพท์①

높다-높아요	สูง
낮다-낮아요	ต่ำ
많다-많아요	เยอะ
적다-적어요	น้อย
크다-커요	ใหญ่
작다-작아요	เล็ก
싸다-싸요	ถูก
비싸다-비싸요	แพง
덥다-더워요	ร้อน
춥다-추워요	หนาว
맛있다-맛있어요	อร่อย
맛없다-맛없어요	ไม่อร่อย

문법 ไวยากรณ์

◆ 잠깐	สักครู่
■ 들어가다	เข้าไป
◆ 일주일 동안	เป็นระยะเวลาหนึ่งสัปดาห์
■ 연습하다	ฝึกฝน
◆ 돈을 찾다	ถอนเงิน
◆ 약을 먹다	กินยา
● 문화	วัฒนธรรม
■ 알다	รู้
● 역사	ประวัติศาสตร์
◆ 발음을 잘하다	ออกเสียงได้ดี
● 비행기표	ตั๋วเครื่องบิน

대화 บทสนทนา

□ 알겠어요.	ทราบแล้วค่ะ
◆ 다른 약속이 있다	มีนัดอื่น
◆ 너무	มาก เกินไป
◆ 프로젝트가 있다	มีโปรเจ็กต์
◆ 서류를 만들다	ทำเอกสาร
◆ 출장을 가다	ไปทำงานนอกสถานที่
◆ 서울을 안내하다	แนะนำกรุงโซล
▲ 넓다	กว้าง
◆ 경치가 좋다	วิวดี
◆ 바람이 시원하다	ลมเย็นสบาย
◆ 푸드 트럭	ฟูดทรัก

읽고 말하기 การอ่านและการพูด

□ 잘 지내요.	สบายดี
● 생활	ชีวิต การใช้ชีวิต
◆ 마음에 들다	ถูกใจ ชอบ
▲ 편하다	สะดวก
□ 건강 조심하세요.	ระวังสุขภาพ
◆ 모두	ทั้งหมด
▲ 친절하다	ใจดี เป็นมิตร
▲ 재미있다	สนุก น่าสนใจ
■ 복습하다	ทบทวน
● 학기	เทอม ภาคการศึกษา
◆ 새 집	บ้านใหม่
◆ 집을 찾다	หาบ้าน
▲ 불편하다	ไม่สะดวก
● 부엌	ห้องครัว
◆ 드림	ขอแสดงความนับถือ

듣고 말하기 การฟังและการพูด

● 부동산	อสังหาริมทรัพย์
◆ 또	อีก
□ 교통이 불편해요.	การสัญจรไม่สะดวก
□ 글쎄요.	ยังไม่แน่ใจครับ
● 가격	ราคา
◆ 늦게까지	จนดึก จนสาย
◆ 진짜	จริง
◆ 좋은 집	บ้านดี ๆ

말하기 การพูด

형용사② คำคุณศัพท์②

길다-길어요- 긴 바지	ยาว - กางเกงขายาว
짧다-짧아요- 짧은 바지	สั้น - กางเกงขาสั้น
빠르다-빨라요- 빠른 버스	เร็ว - รถเมล์เร็ว
느리다-느려요- 느린 버스	ช้า - รถเมล์ช้า
같다-같아요- 같은 옷	เหมือน - เสื้อผ้าเหมือนกัน
다르다-달라요- 다른 옷	ต่าง - เสื้อผ้าตัวอื่น
쉽다-쉬워요- 쉬운 시험	ง่าย - การสอบที่ง่าย
어렵다-어려워요- 어려운 시험	ยาก - การสอบที่ยาก
가볍다-가벼워요- 가벼운 가방	เบา - กระเป๋าเบา
무겁다-무거워요- 무거운 가방	หนัก - กระเป๋าหนัก
조용하다-조용해요 -조용한 교실	เงียบ - ห้องเรียนที่เงียบ
시끄럽다-시끄러워요 -시끄러운 교실	หนวกหู เสียงดัง - ห้องเรียนที่เสียงดัง

문법 ไวยากรณ์

● 스카프	ผ้าพันคอ
● 날씨	อากาศ
● 머리	ศีรษะ ผม
● 과자	ขนม
● 막걸리	มักก็อลลี
◆ 아름다운 곳	สถานที่สวยงาม
▲ 예쁘다	สวย
▲ 멋있다	เท่ ดูดี
■ 쓰다	เขียน ใช้
◆ 옷 가게	ร้านเสื้อผ้า

대화 บทสนทนา

□ 어서 오세요.	เชิญค่ะ
□ 뭐 찾으세요?	กำลังหาอะไรอยู่ครับ
● 선풍기	พัดลม
● 드라이기	ไดร์เป่าผม
● 김치	กิมจิ
▲ 맵다	เผ็ด
□ 여기요.	ขอโทษนะครับ
□ 맛있게 드세요.	ขอให้รับประทานให้ อร่อยนะครับ
● 김	สาหร่าย

▲ 짜다	เค็ม
● 귤	ส้ม
▲ 시다	เปรี้ยว
▲ 달다	หวาน
◆ 이 티셔츠	เสื้อยืดตัวนี้
■ 입다	สวม (เสื้อผ้า)
● 색깔	สี
● 치마	กระโปรง
● 바지	กางเกง
● 구두	รองเท้า
● 운동화	รองเท้าผ้าใบ
● 부츠	รองเท้าบูต
■ 신다	สวม (รองเท้า ถุงเท้า)

읽고 말하기 การอ่านและการพูด

● 시장	ตลาด
● 액세서리	เครื่องประดับ
● 꽃	ดอกไม้
● 선물	ของขวัญ
● 거리	ถนน
● 버스킹	ดนตรีเปิดหมวก (busking)
▲ 유명하다	มีชื่อเสียง
● 노래방	ร้านคาราโอเกะ
◆ 게임 센터	ร้านเกม

듣고 말하기 การฟังและการพูด

● 원룸	ห้องสตูดิโอ
▲ 깨끗하다	สะอาด
● 침대	เตียง
● 냉장고	ตู้เย็น
● 에어컨	เครื่องปรับอากาศ
● 세탁기	เครื่องซักผ้า
● 위치	ที่ตั้ง
◆ 바로	เลย ทันที
● 월세	ค่าเช่าบ้านรายเดือน
● 고시원	ห้องพักขนาดเล็ก โคชีว็อน
□ 한 달에 45만원 이에요.	เดือนละ 450,000 วอนค่ะ
□ 그럼요.	แน่นอนค่ะ
◆ 둘 다	ทั้งสอง

말하기 การพูด

여가 활동 กิจกรรมยามว่าง

■ 운동하다	เล่นกีฬา
■ 산책하다	เดินเล่น
■ 등산하다	เดินเขา
■ 게임하다	เล่นเกม
◆ 미술관에 가다	ไปพิพิธภัณฑ์ศิลปะ
◆ 콘서트에 가다	ไปดูคอนเสิร์ต
◆ 노래방에 가다	ไปร้านคาราโอเกะ
◆ 영화를 보다	ดูภาพยนตร์
◆ 공연을 보다	ดูการแสดง
◆ 사진을 찍다	ถ่ายรูป
◆ 쿠키를 만들다	ทำคุกกี้

문법 ไวยากรณ์

● 떡볶이	ต็อกโบกี
● 반지	แหวน
● 귀걸이	ต่างหู

대화 บทสนทนา

□ 아직 잘 모르겠어요.	ยังไม่รู้เลยค่ะ
● 치킨	ไก่ทอด
◆ 커피 한잔하다	ดื่มกาแฟสักแก้ว

읽고 말하기 การอ่านและการพูด

● 나무	ต้นไม้
◆ 다 같이	ด้วยกันทั้งหมด
■ 이기다	ชนะ
◆ 다시	อีก
■ 대답하다	ตอบ
◆ 둘이서만	สองคนเท่านั้น

듣고 말하기 การฟังและการพูด

□ 아직 특별한 계획은 없어요.	ยังไม่มีแผนพิเศษอะไรเลยค่ะ
● 축제	เทศกาล
▲ 다양하다	ต่าง ๆ หลากหลาย
● 이벤트	อิเวนต์
◆ 여러 가지	หลายอย่าง
◆ 선물을 받다	ได้รับของขวัญ
◆ 세계 여러 나라 음식	อาหารของนานาประเทศทั่วโลก
■ 공연하다	แสดง
◆ 표를 사다	ซื้อตั๋ว
● 무료	ฟรี
◆ 누구든지	ใคร ๆ ใครก็ตาม
◆ 일찍부터	ตั้งแต่เช้า ๆ
◆ 줄을 서다	เข้าแถว
● 정문	ประตูหน้า

말하기 การพูด

신체 ร่างกาย

● 머리	ศีรษะ
● 눈	ตา
● 목	คอ
● 팔	แขน
● 다리	ขา
● 발	เท้า
● 귀	หู
● 코	จมูก
● 입	ปาก
● 어깨	ไหล่
● 손	มือ
● 배	ท้อง
● 무릎	เข่า

존댓말 คำพูดยกย่อง

■ 주무세요-주무셨어요	นอน
■ 드세요-드셨어요	รับประทาน

■ 말씀하세요-말씀하셨어요 พูด

■ 계세요-계셨어요 อยู่

문법 ไวยากรณ์

◆ 뉴스를 보다 ดูข่าว

● 신문 หนังสือพิมพ์

● 한복 ชุดฮันบก

◆ 몇 잔 กี่แก้ว

대화 บทสนทนา

□ 그러세요? อย่างนั้นเหรอคะ

□ 얼굴이 안 좋으세요. สีหน้าไม่ดี

▲ 아프다 ไม่สบาย เจ็บ ปวด

◆ 열이 나다 มีไข้

◆ 알레르기가 있다 มีอาการแพ้

◆ 감기에 걸리다 เป็นหวัด

▲ 따뜻하다 อบอุ่น

■ 주문하다 สั่ง (อาหาร สินค้า)

● 한국말 ภาษาเกาหลี

◆ 참 มาก

■ 잘하다 เก่ง

읽고 말하기 การอ่านและการพูด

● 거기 ที่นั่น

◆ 날씨가 좋다 อากาศดี

◆ 비가 오다 ฝนตก

◆ 바람이 불다 ลมพัด

● 할머니 คุณย่า

● 건강 สุขภาพ

● 할아버지 คุณปู่

◆ 친한 친구 เพื่อนสนิท

● 거실 ห้องนั่งเล่น

● 언니 พี่สาว (สำหรับผู้หญิง)

◆ 요가(를) 하다 เล่นโยคะ

● 간식 อาหารว่าง

◆ 조금 후 อีกไม่นาน

듣고 말하기 การฟังและการพูด

□ 들어오세요. เชิญเข้ามาค่ะ

● 내과 คลินิกอายุรกรรม

◆ 갔다 오다 ไปมา

▲ 괜찮다 ไม่เป็นไร

□ 푹 쉬세요. พักผ่อนมาก ๆ นะคะ

◆ 시험을 보다 สอบ

□ 어떻게 해요? ทำอย่างไรดี

■ 걱정하다 กังวล

□ 내일 학교에 꼭 오세요. พรุ่งนี้ต้องมาโรงเรียนให้ได้นะคะ

□ 빨리 나으세요. ขอให้หายไว ๆ นะคะ

บทที่ 5

말하기 การพูด

운동과 악기 กีฬาและเครื่องดนตรี

■ 수영하다 ว่ายน้ำ

■ 야구하다	เล่นเบสบอล
■ 축구하다	เล่นฟุตบอล
■ 농구하다	เล่นบาสเกตบอล
◆ 테니스를 치다	เล่นเทนนิส
◆ 배드민턴을 치다	เล่นแบดมินตัน
◆ 탁구를 치다	เล่นปิงปอง
◆ 골프를 치다	ตีกอล์ฟ
◆ 자전거를 타다	ปั่นจักรยาน
◆ 스키를 타다	เล่นสกี
◆ 스케이트를 타다	เล่นสเกต
◆ 스노보드를 타다	เล่นสโนว์บอร์ด
◆ 피아노를 치다	เล่นเปียโน
◆ 기타를 치다	เล่นกีตาร์
◆ 하모니카를 불다	เป่าหีบเพลง
◆ 플루트를 불다	เป่าฟลูต

대화 บทสนทนา

□ 시간이 있을 때 뭐 하세요?	ตอนมีเวลาทำอะไรคะ
● 힙합	ฮิปฮอป
● 클래식	คลาสสิก
● 재즈	แจซ
● 케이팝	เคพอป
● 라틴 댄스	ละติน แดนซ์
● 코미디 영화	ภาพยนตร์คอเมดี
● 액션 영화	ภาพยนตร์แอ็กชัน
● 공포 영화	ภาพยนตร์สยองขวัญ
● 애니메이션	แอนิเมชัน
▲ 힘들다	ลำบาก
◆ 손이 아프다	เจ็บมือ
◆ 수업료가 비싸다	ค่าเรียนแพง
□ 요즘 어떻게 지내세요?	ช่วงนี้เป็นอย่างไรบ้างครับ
◆ 배우러 다니다	ไปเรียน

읽고 말하기 การอ่านและการพูด

● 자기소개서	เอกสารแนะนำตัว
● 방송국	สถานีถ่ายทอดกระจายเสียง
● 신문방송학	นิเทศศาสตร์วารสารและสื่อสารมวลชน
■ 전공하다	เรียนวิชาเอก
◆ 인턴을 하다	ฝึกงาน
● 고등학교	โรงเรียนมัธยมปลาย
◆ 관심이 많다	สนใจมาก
● 학년	ชั้นปี
■ 이해하다	เข้าใจ
◆ 학원에 다니다	ไปโรงเรียนกวดวิชา
● 프로그램	โปรแกรม
■ 사용하다	ใช้
◆ 특히	โดยเฉพาะอย่างยิ่ง
● 편집	การตัดต่อ
● 방송	รายการ การออกอากาศ
□ 잘 부탁드립니다.	ขอฝากเนื้อฝากตัวด้วยนะครับ

듣고 말하기 การฟังและการพูด

◆ 일주일에 몇 번	สัปดาห์ละกี่ครั้ง
◆ 퇴근 후	หลังเลิกงาน
◆ 소개해 주다	ช่วยแนะนำ
◆ 신촌 역 2번 출구	สถานีชินชน ทางออกที่ 2

บทที่
6

말하기 การพูด

색깔 สี

● 빨간색 สีแดง
● 주황색 สีส้ม
● 노란색 สีเหลือง
● 초록색 สีเขียว
● 파란색 สีฟ้า
● 남색 สีน้ำเงินเข้ม สีคราม
● 보라색 สีม่วง
● 하얀색 สีขาว
● 까만색 สีดำ
□ 무슨 색이에요? สีอะไรคะ

문법 ไวยากรณ์

◆ 이를 닦다 แปรงฟัน
◆ 손을 씻다 ล้างมือ
◆ 그림을 그리다 วาดภาพ
● 코트 เสื้อโคต
▲ 얇다 บาง

대화 บทสนทนา

● 단어 คำศัพท์
■ 외우다 ท่องจำ
■ 번역하다 แปล
■ 찾아보다 ลองหาดู
◆ 일이 생기다 เกิดเรื่อง
□ 잠깐만요. รอสักครู่นะครับ
□ 무슨 색 우산이에요? ร่มสีอะไรคะ
◆ 이 우산 ร่มคันนี้
◆ 이거 อันนี้
● 목도리 ผ้าพันคอกันหนาว

읽고 말하기 การอ่านและการพูด

● 토끼 กระต่าย
● 거북 เต่า
◆ 옛날옛날에 กาลครั้งหนึ่งนานมาแล้ว
◆ 어느 날 วันหนึ่ง
◆ 그때 ตอนนั้น
◆ 천천히 ช้า ๆ
■ 걸어가다 เดินไป
■ 물어보다 ลองถามดู
◆ 크게 อย่างดัง (เสียง)
■ 웃다 หัวเราะ
◆ 기분이 나쁘다 อารมณ์ไม่ดี
■ 달리기하다 วิ่งแข่ง
◆ 빨리 อย่างเร็ว
■ 뛰어가다 วิ่งไป
■ 생각하다 คิด
◆ 열심히 ขยัน ตั้งใจ
◆ 얼마 후 ไม่นานนัก
□ 야호! ยะโฮ
● 소리 เสียง
■ 부르다 เรียก

듣고 말하기 การฟังและการพูด

■ 잃어버리다	ทำหาย
● 사무실	สำนักงาน
□ 한번 물어보세요.	ลองถามดูสิครับ
□ 저기 죄송한데요.	ขอโทษนะคะ
● 학생증	บัตรนักเรียน
□ 혹시 이거예요?	ไม่ทราบว่าใช่อันนี้หรือเปล่าครับ
◆ 유실물 센터	ศูนย์ของหาย
◆ 전화를 받다	รับโทรศัพท์
◆ 시청 역	สถานีศาลากลางจังหวัด

말하기 การพูด

한국 음식 อาหารเกาหลี

● 순두부찌개	ซุนดูบูจีแก
● 비빔밥	พิบิมบับ
● 김치볶음밥	ข้าวผัดกิมจิ
● 김밥	คิมบับ
● 잔치국수	บะหมี่งานเลี้ยง
● 비빔국수	บะหมี่ยำ
● 라면	รามย็อน บะหมี่กึ่งสำเร็จรูป
● 떡볶이	ต็อกโบกี

문법 ไวยากรณ์

■ 포장하다	ห่อ
■ 켜다	เปิด (เครื่องใช้ไฟฟ้า)
■ 돕다	ช่วย
□ A/S센터	ศูนย์บริการ
□ 고장났어요.	เสีย พัง
■ 계산하다	คำนวณ คิดเงิน
◆ 가방을 들다	ถือกระเป๋า
■ 누르다	กด
■ 끄다	ปิด (เครื่องใช้ไฟฟ้า)
▲ 어둡다	มืด
◆ 가지고 오다	เอามา
● 외국	ต่างประเทศ
● 찜질방	โรงเซานา จิมจิลบัง
◆ 번지 점프를 하다	กระโดดบันจีจัมป์
■ 낚시하다	ตกปลา

대화 บทสนทนา

◆ 자리를 바꾸다	เปลี่ยนที่
◆ 테이블을 닦다	เช็ดโต๊ะ
▲ 지저분하다	เลอะ เปื้อน
◆ 오이를 빼다	ไม่ใส่แตงกวา
◆ 다 먹을 수 없다	กินไม่หมด
● 맛집	ร้านอาหารอร่อย
■ 추천하다	แนะนำ
◆ 이따가	อีกสักครู่
● 예매	การจอง
◆ 확인(을) 하다	เช็ก ยืนยัน
■ 소개하다	แนะนำ
■ 알리다	บอก

읽고 말하기 การอ่านและการพูด

□ 만들어 주셨습니다.	ช่วยทำให้
● 불고기	พุลโกกี
■ 부탁하다	รบกวน ขอร้อง
◆ 언제든지	เมื่อไหร่ก็ตาม
◆ 며칠 후	สองสามวันหลังจากนั้น
◆ 먼저	ก่อน
● 간장	ซีอิ๊ว
● 설탕	น้ำตาล
● 참기름	น้ำมันงา
● 마늘	กระเทียม
■ 넣다	ใส่
■ 섞다	ผสม คลุก
● 소고기	เนื้อวัว
● 당근	แคร์รอต
● 양파	หัวหอม
● 파	ต้นหอม
■ 볶다	ผัด
▲ 기쁘다	ดีใจ
□ 말씀하셨습니다.	พูด

듣고 말하기 การฟังและการพูด

● 메뉴판	เมนู
□ A : 뭐 주문하시겠어요?	A : จะรับอะไรดีครับ
□ B : 잠깐만 기다려 주세요.	B : รอสักครู่นะคะ
● 삼겹살	หมูสามชั้น
■ 시키다	สั่ง
◆ 배가 고프다	หิว
◆ 2인분	2 ที่
■ 굽다	ย่าง
□ 저기요.	ขอโทษนะคะ
● 반찬	เครื่องเคียง
□ 반찬은 셀프예요.	เครื่องเคียงตักเองได้เลยครับ
◆ 셀프 코너	มุมบริการตนเอง
□ 제가 가지고 올게요.	เดี๋ยวผมไปเอามาเองครับ
□ 식사는 뭘로 하시겠어요?	จะรับประทานอะไรดีครับ
□ 한번 드셔 보세요.	ลองรับประทานดูสักครั้งสิครับ
◆ 식사가 나오다	อาหารได้แล้ว
■ 자르다	ตัด

말하기 การพูด

이유 เหตุผล

◆ 머리가 아프다	ปวดหัว
◆ 시간이 없다	ไม่มีเวลา
◆ 너무 피곤하다	เหนื่อยมาก
◆ 일이 생기다	เกิดเรื่อง
◆ 다른 일이 있다	มีงานอื่น มีธุระอื่น
◆ 숙제가 많다	การบ้านเยอะ
◆ 감기에 걸리다	เป็นหวัด

▲ 바쁘다	ยุ่ง
◆ 시험이 있다	มีสอบ

문법 ไวยากรณ์

● 학기	เทอม ภาคการศึกษา

대화 บทสนทนา

□ 저도 다 못 했어요.	ผมเองก็ยังทำไม่เสร็จครับ
◆ 인터뷰 준비하다	เตรียมสัมภาษณ์
● 졸업식	พิธีจบการศึกษา
◆ 시험 공부하다	อ่านหนังสือเตรียมสอบ
◆ 제일	ที่สุด
□ 저도요.	ดิฉันเองก็เหมือนกันค่ะ
◆ 벌써 다 끝났어요.	เสร็จหมดแล้ว
◆ 시간이 빠르다	เวลาผ่านไปเร็ว
□ 방학 잘 보내세요.	ขอให้ใช้เวลาช่วงปิดเทอมให้สนุกนะคะ
● 여기저기	หลาย ๆ ที่

읽고 말하기 การอ่านและการพูด

● 처음	ตอนแรก
● 건물	อาคาร
● 휴게실	ห้องนั่งเล่น
▲ 부지런하다	ขยัน
● 휴일	วันหยุด
□ 거의 다 알아요.	รู้เกือบทั้งหมด
◆ 정말	จริง ๆ
▲ 똑똑하다	ฉลาด
◆ 가끔	บางครั้ง
▲ 즐겁다	สนุก

듣고 말하기 การฟังและการพูด

■ 출발하다	ออกเดินทาง
◆ 그러니까	เพราะฉะนั้น
▲ 두껍다	หนา
▲ 필요하다	ต้องการ จำเป็น
◆ 사다 주다	ช่วยซื้อให้
● 제목	ชื่อเรื่อง
□ 메시지로 보낼게요.	เดี๋ยวจะส่งข้อความให้นะครับ
□ 준비 다 했어요?	เตรียมตัวเสร็จแล้วเหรอครับ
□ 거의 다 했어요.	เกือบเสร็จแล้วค่ะ
■ 걱정되다	กังวล
◆ 금방	เดี๋ยว อีกไม่นาน

คำแปลบทอ่าน (ภาษาไทย)

(บทสนทนา การอ่านและการพูด การฟังและการพูด)

บทที่ 1 สวนสาธารณะแม่น้ำฮันกว้างมากครับ

<การพูด >

บทสนทนา 1 ไปด้วยกันได้ไหมครับ

แอนดี้ ผมจะไปสวนสาธารณะแม่น้ำฮันกับคุณมีนาในวันเสาร์ ไปด้วยกันได้ไหมครับ
ซาร่า ค่ะ ดีค่ะ ไปด้วยกันค่ะ
แอนดี้ ผมจะไปสวนสาธารณะแม่น้ำฮันกับคุณมีนาในวันเสาร์ ไปด้วยกันได้ไหมครับ
เบยาร์ด ขอโทษค่ะ วันเสาร์มีนัดอื่นแล้วค่ะ
แอนดี้ โอเคครับ งั้นไปด้วยกันครั้งหน้านะครับ

บทสนทนา 2 ต้องทำเอกสารครับ

ซาร่า คุณฮันส์ ทำไมเมื่อวานไม่มาสวนสาธารณะแม่น้ำฮันคะ
ฮันส์ งานเยอะมากครับ
ซาร่า จริงเหรอคะ ช่วงนี้ยุ่งเหรอคะ
ฮันส์ ครับ มีโปรเจ็กต์ครับ เลยต้องทำเอกสารครับ

บทสนทนา 3 สวนสาธารณะแม่น้ำฮันเป็นอย่างไรคะ

วรรณ ที่นี่คือที่ไหนคะ
ตวน สวนสาธารณะแม่น้ำฮันครับ สัปดาห์ที่แล้วไปปั่นจักรยานที่สวนสาธารณะแม่น้ำฮันมาครับ
วรรณ สวนสาธารณะแม่น้ำฮันเหรอคะ สวนสาธารณะแม่น้ำฮันเป็นอย่างไรคะ
ตวน สวนสาธารณะกว้างมากครับ
วรรณ อย่างนั้นเหรอคะ ดิฉันเองก็อยากลองไปบ้างค่ะ

การอ่านและการพูด ชอบการใช้ชีวิตในโซลมากครับ

ถึง jmlee@amail.com
เรื่อง สวัสดีครับ กาเบรียลเองครับ

สวัสดีครับคุณช็องมิน

ผมอยู่ที่โซลสบายดีครับ ผมชอบชีวิตในโซลมากครับ ผมได้พบกับเพื่อนใหม่ ๆ เยอะมากครับ เพื่อนชาวเกาหลีทุกคนใจดีครับ การเรียนภาษาเกาหลีก็สนุกครับ แต่ก็ยากอยู่เหมือนกัน ผมเลยต้องฝึกทบทวนทุกวันเลยครับ

ชีวิตที่บราซิลของคุณช็องมินเป็นอย่างไรบ้างครับ ช่วงนี้ยังเล่นฟุตบอลอยู่หรือเปล่าครับ ผมไม่มีเวลา เลยไม่ได้เล่นฟุตบอลครับ แต่เมื่อเดือนที่แล้วผมได้เรียนเทควันโดที่โรงเรียน เทควันโดสนุกมากเลยครับ

อีกหนึ่งเดือน การเรียนในเทอมนี้ก็จะสิ้นสุดลง ตอนปิดเทอมผมต้องหาบ้านใหม่ เพราะบ้านที่อยู่ตอนนี้ไม่ค่อยสะดวก ห้องเล็กมากครับ ไม่มีครัว เลยทำอาหารไม่ได้ครับ แล้วบ้านก็

ไกลจากโรงเรียนด้วย ใช้เวลาประมาณหนึ่งชั่วโมงถ้าเดินทางโดยรถไฟฟ้าใต้ดินครับ

คุณซ็องมินจะกลับมาประเทศเกาหลีเมื่อไหร่ครับ ผมอยากคุยกับคุณซ็องมินเป็นภาษาเกาหลีครับ

แล้วก็อยากเล่นฟุตบอลกับคุณซ็องมินด้วยครับ

ขอบคุณสำหรับอีเมลครับ

รักษาสุขภาพด้วยนะครับ

จาก กาเบรียล

การฟังและการพูด ตอนนี้ต้องไปหานายหน้าอสังหาริมทรัพย์ครับ

เบยาร์ด คุณกาเบรียล วันนี้กินข้าวด้วยกันได้ไหมคะ
กาเบรียล ขอโทษนะครับ ตอนนี้ต้องไปหานายหน้าอสังหาริมทรัพย์ครับ
เบยาร์ด ไปหานายหน้าอสังหาริมทรัพย์เหรอคะ ไปทำไมคะ
กาเบรียล บ้านที่อยู่ตอนนี้ค่อนข้างไกลจากโรงเรียน เลยอยากย้ายบ้านครับ
เบยาร์ด บ้านของคุณกาเบรียลอยู่ที่ไหนคะ
กาเบรียล อยู่ที่ชัมชิลครับ ใช้เวลาหนึ่งชั่วโมงครับ
เบยาร์ด จากโรงเรียนกลับบ้านอย่างไรคะ
กาเบรียล นั่งรถไฟฟ้าใต้ดินจากสถานีชินชนไปถึงสถานีชัมชิลครับ แล้วก็ต้องนั่งรถเมล์จากสถานีชัมชิลไปถึงบ้านครับ การเดินทางเลยไม่สะดวกมาก ๆ ครับ
เบยาร์ด ค่ะ ถ้าอย่างนั้นอยากย้ายไปที่ไหนคะ
กาเบรียล ยังไม่แน่ใจครับ คุณเบยาร์ดอาศัยอยู่ที่ไหนครับ
เบยาร์ด ดิฉันอาศัยอยู่หน้าโรงเรียนค่ะ
กาเบรียล อย่างนั้นเหรอครับ หน้าโรงเรียนเป็นอย่างไรบ้างครับ
เบยาร์ด ดีมากเลยค่ะ มีร้านอาหารแล้วก็ร้านกาแฟเยอะด้วย แล้วก็มีมาร์ทด้วยค่ะ
กาเบรียล ค่าเช่าบ้านเป็นอย่างไรครับ
เบยาร์ด แพงอยู่เหมือนกันค่ะ แต่ก็ใกล้กับโรงเรียนมาก ตอนเช้าก็เลยนอนตื่นสายได้ สะดวกมาก ๆ เลยค่ะ
กาเบรียล อย่างนั้นเหรอครับ
เบยาร์ด ใช่ค่ะ ลองไปหานายหน้าอสังหาริมทรัพย์หน้าโรงเรียนดูด้วยสิคะ จะหาบ้านดี ๆ ได้แน่นอนค่ะ
กาเบรียล ขอบคุณครับ

บทที่ 2 ไม่มีโน้ตบุ๊กเบา ๆ เหรอครับ

<การพูด>

บทสนทนา 1 ไม่มีโน้ตบุ๊กเบา ๆ เหรอครับ

พนักงาน เชิญครับ กำลังหาอะไรอยู่ครับ

เหลินผิง ขอดูโน้ตบุ๊กหน่อยครับ
พนักงาน โน้ตบุ๊กเหรอครับ เครื่องนี้เป็นอย่างไรบ้างครับ
เหลินผิง หนักไปหน่อยครับ ไม่มีโน้ตบุ๊กเบา ๆ เหรอครับ
พนักงาน ถ้าอย่างนั้น เครื่องนี้เป็นอย่างไรครับ
เหลินผิง ดีครับ ขอเครื่องนี้ครับ

บทสนทนา 2 ไม่เผ็ดเหรอคะ

พนักงาน เชิญค่ะ กิมจิอร่อย ๆ ค่ะ
ฮารุกะ ไม่เผ็ดเหรอคะ
พนักงาน ไม่เผ็ดค่ะ ลองชิมดูสิคะ นี่ค่ะ
...
ฮารุกะ ว้าว ! อร่อยจังคะ ขอหนึ่งถุงค่ะ
พนักงาน ได้ค่ะ นี่ค่ะ ขอให้รับประทานให้อร่อยนะคะ
ฮารุกะ ขอบคุณค่ะ

บทที่ 3 ลองสวมดูสิครับ

วรรณ ขอลองสวมเสื้อยืดตัวนี้ดูหน่อยได้ไหมคะ
พนักงาน ได้ครับ ลองสวมดูสิครับ เป็นเสื้อยืดที่สวยมาก ๆ เลยครับ
วรรณ ค่ะ ไม่ใหญ่ไปเหรอคะ
พนักงาน ไม่ใหญ่ครับ สวยมากเลยครับ
วรรณ อืม มีสีอื่นด้วยไหมคะ
พนักงาน มีครับ ตรงนี้มีสีอื่นอีกเยอะเลยครับ ลองสวมดูสิครับ

การอ่านและการพูด ตลาดนัมแดมุนเป็นตลาดขนาดใหญ่

ตลาดนัมแดมุน

ตลาดนัมแดมุนเป็นตลาดขนาดใหญ่ มีร้านค้ามากมาย ทั้งร้านเสื้อผ้า ร้านแว่นตา ร้านเครื่องประดับ ร้านดอกไม้ และร้านผลไม้ และยังสามารถซื้อของฝากจากการเดินทางท่องเที่ยวที่ประเทศเกาหลีได้ด้วย มีร้านอาหารมากมาย และยังสามารถรับประทานอาหารเกาหลีอร่อย ๆ ได้อีกด้วย โฮต็อก คัลกุกซู แล้วก็มันดูมีรสชาติอร่อย ไม่เผ็ด ลองรับประทานดูสักครั้งสิ ตลาดนัมแดมุนใกล้กับมย็องดงและภูเขานัมซัน จึงสามารถไปเที่ยวชมมย็องดงและภูเขานัมซันได้ด้วย

ออกจากทางออกที่ 5 สถานีฮเว-ฮย็อน รถไฟฟ้าใต้ดินสาย 4

ราคาถูก และมีหลากหลายประเภท มีของฝากจากการเดินทางท่องเที่ยวที่ประเทศเกาหลีมากมาย ลองรับประทานมันดูกิมจิดูสิ ภูเขานัมซันอยู่ใกล้ ลองไปมย็องดงดูสิ

ถนนย่านฮงแด

ถนนในย่านฮงแดเป็นสถานที่ที่น่าสนใจมาก ที่นี่ขึ้นชื่อเรื่องการแสดงดนตรีเปิดหมวก (busking) จึงสามารถฟังดนตรี และชมการแสดงเต้นได้ด้วย ที่นี่สามารถซื้อเสื้อผ้าราคาถูก และสามารถซื้อเครื่องประดับสวย ๆ ได้ด้วย ที่นี่ยังมีร้านคาราโอเกะ ร้านกาแฟ ร้านอาหาร

และร้านเกมด้วย อยากไปเที่ยวกับเพื่อน ๆ ไหม ถ้าอย่างนั้นต้องไปที่ถนนในย่านฮงแด

ออกจากทางออกที่ 9 สถานีมหาวิทยาลัยฮงอิก รถไฟฟ้าใต้ดินสาย 2

สามารถชมการแสดงดนตรีเปิดหมวดได้ มีร้านเสื้อผ้าราคาถูกมากมาย ลองร้องเพลงที่ร้านคาราโอเกะดูสิ สามารถเล่นเกมสนุก ๆ ได้

การฟังและการพูด มองหาห้องสะอาด ๆ ครับ

พนักงาน เชิญค่ะ
กาเบรียล สวัสดีครับ ขอดูห้องพักแบบสตูดิโอหน่อยครับ
พนักงาน ได้ค่ะ มีห้องเยอะเลยค่ะ มองหาห้องแบบไหนอยู่คะ
กาเบรียล มองหาห้องสะอาด ๆ ครับ
พนักงาน ลองดูรูปตรงนี้สิคะ ห้องนี้เป็นอย่างไรบ้างคะ
กาเบรียล ห้องใหญ่ไหมครับ
พนักงาน ค่ะ ใหญ่ค่ะ ในห้องมีเตียง โต๊ะหนังสือ ตู้เย็น และเครื่องปรับอากาศค่ะ แล้วก็มีเครื่องซักผ้าด้วยค่ะ
กาเบรียล ที่ตั้งอยู่ที่ไหนครับ
พนักงาน อยู่หน้ามหาวิทยาลัยซอกังเลยค่ะ
กาเบรียล ค่าเช่าเดือนละเท่าไหร่ครับ
พนักงาน 650,000 วอนค่ะ แต่หน้าบ้านมีสวนสาธารณะขนาดใหญ่ด้วยนะคะ ดีมากเลยค่ะ
กาเบรียล มีสวนสาธารณะเหรอครับ แต่ว่าแพงไปหน่อยนะครับ ไม่มีห้องที่ราคาถูกเหรอครับ
พนักงาน ถ้าอย่างนั้นห้องโคชีว็อนนี้เป็นอย่างไรคะ เดือนละ 450,000 วอนค่ะ
กาเบรียล สะอาดไหมครับ
พนักงาน สะอาดค่ะ เป็นห้องโคชีว็อนใหม่ ห้องจึงสะอาดมากค่ะ แต่ว่าเล็กไปหน่อยค่ะ
กาเบรียล ในห้องมีห้องน้ำไหมครับ
พนักงาน มีสิคะ
กาเบรียล มหาวิทยาลัยซอกังใกล้กับที่นี่ไหมครับ
พนักงาน ใกล้ค่ะ นั่งรถเมล์ใช้เวลาประมาณ 10 นาทีค่ะ
กาเบรียล ถ้าอย่างนั้นถ้าเดินไปใช้เวลาเท่าไหร่ครับ
พนักงาน ประมาณ 20 นาทีค่ะ
กาเบรียล 20 นาทีเหรอครับ อืม
พนักงาน ไม่ไกลค่ะ
กาเบรียล อืม วันนี้ขอดูทั้งสองห้องเลยได้ไหมครับ
พนักงาน ได้สิคะ

เราไปชมกรุงโซลด้วยกันไหมครับ

<การพูด>

บทสนทนา 1 อยากไปอินซาดงและพุกชนค่ะ

แอนดี้ คุณซูจัน วันเสาร์จะทำอะไรครับ
ซูจัน นั่นสิคะ ยังไม่รู้เลยค่ะ
แอนดี้ ถ้าอย่างนั้นเราไปชมกรุงโซลด้วยกันไหมครับ
ซูจัน ค่ะ ดีค่ะ ดิฉันอยากไปอินซาดงและพุกชนค่ะ
แอนดี้ อินซาดงเหรอครับ ดีครับ ไปด้วยกันนะครับ

บทสนทนา 2 ไปเดินเขาด้วยกันไหมครับ

เหลินผิง คุณซาร่า พรุ่งนี้ยุ่งไหมครับ
ซาร่า ทำไมเหรอคะ
เหลินผิง พวกเราไปเดินเขาด้วยกันไหมครับ อยากไปเดินเขากับคุณซาร่าครับ
ซาร่า ขอโทษนะคะ พรุ่งนี้ต้องทำงานพิเศษค่ะ
เหลินผิง อย่างนั้นเหรอครับ ถ้าอย่างนั้นไปด้วยกันครั้งหน้านะครับ

บทสนทนา 3 กินข้าวกลางวันแล้วไปเดินเขาด้วยกันนะคะ

ฮันส์ คุณเบยาร์ด พรุ่งนี้หลังเลิกเรียนมีเวลาไหมครับ
เบยาร์ด ค่ะ มีค่ะ
ฮันส์ อย่างนั้นเหรอครับ ถ้าอย่างนั้นกินข้าวกลางวันด้วยกันไหมครับ
เบยาร์ด ดีค่ะ กินข้าวกลางวันแล้วไปเดินเขาด้วยกันนะคะ
ฮันส์ ถ้าอย่างนั้น พรุ่งนี้บ่ายโมงเจอกันหน้าโรงเรียนดีไหมครับ
เบยาร์ด ดีค่ะ เจอกันพรุ่งนี้นะคะ

การอ่านและการพูด ไปสวนสาธารณะเวิลด์คัปกับเพื่อน ๆ มา

เมื่อวานอากาศดีมาก คุณแอนดี้จึงไปเที่ยวสวนสาธารณะเวิลด์คัปกับเพื่อน ๆ สวนสาธารณะเวิลด์คัปไม่ไกลจากโรงเรียน ใช้เวลาประมาณ 20 นาทีถ้าเดินทางด้วยรถไฟฟ้าใต้ดิน สวนสาธารณะนั้นกว้าง มีต้นไม้เยอะ และดอกไม้ก็สวยงาม

ที่นั่นคุณแอนดี้กินข้าวกลางวันกับเพื่อน ๆ อย่างเอร็ดอร่อย คุณแอนดี้กินคิมบับกับไก่ทอด จากนั้นก็เดินเล่นและถ่ายรูปที่สวนสาธารณะ แล้วก็เล่นเกมด้วยกัน ซึ่งคุณแอนดี้ชนะ

คุณมีนาพูดว่า
"คุณแอนดี้ สวนสาธารณะเวิลด์คัปนี่ดีจริง ๆ เลยค่ะ ครั้งหน้ามาอีกดีไหมคะ"
คุณแอนดี้ตอบว่า
"ครับ ได้ครับ ครั้งหน้าเรามากันแค่สองคนนะครับ"

การฟังและการพูด พวกเราไปงานเทศกาลด้วยกันไหมครับ

ชีฮุน คุณวรรณ วันศุกร์จะทำอะไรครับ
วรรณ นั่นสิคะ ยังไม่มีแผนพิเศษอะไรเลยค่ะ แล้วคุณชีฮุนล่ะคะ
ชีฮุน ผมจะไปงานเทศกาลของมหาวิทยาลัยครับ
วรรณ เทศกาลมหาวิทยาลัยซอกังเหรอคะ เทศกาลมหาวิทยาลัยซอกังเป็นอย่างไรบ้างคะ
ชีฮุน สนุกมากเลยครับ มีอิเวนต์ต่าง ๆ มากมาย มีเกมให้เล่นหลายเกม แล้วก็ได้รับของรางวัลด้วยนะครับ
วรรณ อย่างนั้นเหรอคะ
ชีฮุน แล้วก็มีฟู้ดทรักมาเยอะด้วยครับ จะกินอาหารเกาหลีก็ได้ จะกินอาหารของนานาประเทศทั่วโลกก็ได้ครับ
วรรณ แล้วทำอะไรอีกครับ
ชีฮุน มีพวกนักร้องดังมาทำการแสดงด้วยครับ
วรรณ อ๋อ เหรอคะ ต้องซื้อตั๋วไหมคะ
ชีฮุน ไม่ต้องครับ ฟรีครับ ใคร ๆ ก็สามารถชมการแสดงได้ครับ
วรรณ การแสดงเริ่มกี่โมงคะ
ชีฮุน เริ่มสองทุ่มครับ แต่ว่าต้องรีบไปเข้าแถวแต่เนิ่น ๆ
วรรณ ดิฉันก็อยากไปเหมือนกันค่ะ
ชีฮุน ถ้าอย่างนั้นพวกเราไปด้วยกันไหมครับ เล่นเกมด้วยกัน กินอาหารอร่อย ๆ แล้วก็ชมการแสดงด้วย
วรรณ ดีค่ะ ถ้าอย่างนั้นเจอกันกี่โมงดีคะ
ชีฮุน อืม เจอกันเร็วหน่อยได้ไหมครับ 4 โมงได้ไหมครับ
วรรณ ได้ค่ะ ถ้าอย่างนั้นเจอกันหน้าประตูหน้าของมหาวิทยาลัยนะคะ

บทที่ 4 มาประเทศเกาหลีเมื่อไหร่คะ

<การพูด>

บทสนทนา 1 ชอบอาหารเผ็ดไหมคะ

มินซู คุณซูจัน รับประทานอาหารกลางวันแล้วเหรอครับ
ซูจัน ค่ะ กินพิบิมบับไปค่ะ แล้วคุณมินซูล่ะคะ
มินซู ผมกินกิมจิจีแกไปครับ
ซูจัน คุณมินซูชอบอาหารเผ็ดเหรอคะ
มินซู ครับ ชอบครับ
ซูจัน อย่างนั้นเหรอคะ ดิฉันก็ชอบอาหารเผ็ดเหมือนกันค่ะ

บทสนทนา 2 ไม่สบายตรงไหนเหรอครับ

มินซู คุณซูจัน สีหน้าไม่ค่อยดีเลย ไม่สบายตรงไหนเหรอครับ
ซูจัน ค่ะ ปวดท้องค่ะ

มินซู	กินอาหารเผ็ดเข้าไปหรือเปล่าครับ
ซูจัน	ค่ะ กินอาหารเผ็ดไปค่ะ
มินซู	กินยาสิครับ แล้วก็กลับบ้านเร็วหน่อยนะครับ
ซูจัน	ค่ะ ได้ค่ะ ขอบคุณนะคะ

บทสนทนา 3 มาจากประเทศไหนคะ

ซาร่า	สั่งชามะนาวแบบร้อนไปใช่ไหมคะ นี่ค่ะ
ลูกค้า	ขอบคุณค่ะ เก่งภาษาเกาหลีจังเลยนะคะ มาจากประเทศไหนคะ
ซาร่า	มาจากประเทศฝรั่งเศสค่ะ
ลูกค้า	มาประเทศเกาหลีเมื่อไหร่คะ
ซาร่า	มาเมื่อสองเดือนที่แล้วค่ะ

การอ่านและการพูด คุณย่านอนอยู่ในห้อง

วันนี้เป็นวันอาทิตย์ ปกติแล้วในเช้าวันอาทิตย์ ครอบครัวของพวกเราจะไปสวนสาธารณะใกล้บ้าน ไปเดินเล่นและออกกำลังกายที่นั่น แต่วันนี้อากาศไม่ดี ฝนตก แล้วลมก็พัดแรงด้วย ตอนนี้พวกเราทุกคนจึงอยู่ที่บ้าน

คุณย่านอนอยู่ในห้อง ช่วงนี้คุณย่าสุขภาพไม่ดี คุณปู่อ่านหนังสืออยู่ข้าง ๆ คุณย่า ดิฉันคุยโทรศัพท์กับเพื่อนในห้อง เพื่อนสนิทของดิฉันไปเรียนหนังสือที่ประเทศฝรั่งเศส ช่วงปิดเทอมดิฉันจะไปหาเพื่อนคนนั้น

คุณแม่อยู่ที่ห้องนั่งเล่น กำลังดูละครอยู่ คุณแม่ชอบดูละครมาก ๆ พี่สาวก็อยู่ที่ห้องนั่งเล่นด้วย กำลังเล่นโยคะในห้องนั่งเล่น

คุณพ่ออยู่ในห้องครัว กำลังทำของว่างอร่อย ๆ อยู่ในห้องครัว คุณพ่อทำอาหารเก่ง อีกสักครู่ ครอบครัวของพวกเราก็จะได้กินของว่างอร่อย ๆ กัน

การฟังและการพูด ทำไมสัปดาห์ที่แล้วไม่มาโรงเรียนคะ

คุณครู	เชิญเข้ามาค่ะ
แอนดี้	สวัสดีครับคุณครู
คุณครู	สวัสดีค่ะคุณแอนดี้ ทำไมสัปดาห์ที่แล้วไม่มาโรงเรียนคะ
แอนดี้	ผมไม่สบายมากครับ
คุณครู	ไม่สบายตรงไหนเหรอคะ
แอนดี้	ไข้ขึ้นสูงมาก แล้วก็เจ็บคอมากด้วยครับ
คุณครู	ไปโรงพยาบาลหรือยังคะ
แอนดี้	ไปแล้วครับ ไปคลินิกอายุรกรรมใกล้บ้านมาครับ
คุณครู	ตอนนี้สบายดีหรือยังคะ
แอนดี้	ยังครับ ยังเจ็บคออยู่หน่อยครับ
คุณครู	อย่างนั้นเหรอคะ ดื่มน้ำอุ่นเยอะ ๆ นะคะ แล้วก็พักผ่อนมาก ๆ ค่ะ
แอนดี้	ครับ ทราบแล้วครับ
คุณครู	คุณแอนดี้ ว่าแต่สัปดาห์หน้ามีสอบนะคะ
แอนดี้	สอบเหรอครับ ทำอย่างไรดีครับ ผมยังไม่ได้อ่านหนังสือเลยครับ
คุณครู	อย่ากังวลไปเลยค่ะ พรุ่งนี้จะฝึกทบทวนกันค่ะ คุณแอนดี้ พรุ่งนี้ต้องมาโรงเรียนให้ได้นะคะ
แอนดี้	สัปดาห์หน้าสอบวันไหนเหรอครับ
คุณครู	วันจันทร์ค่ะ

แอนดี้ ครับ ทราบแล้วครับ สวัสดีครับคุณครู
คุณครู สวัสดีค่ะคุณแอนดี้ ขอให้หายไว ๆ นะคะ

บทที่ 5 เล่นสกีเป็นไหมคะ

<การพูด >

บทสนทนา 1 เล่นกีฬาหรือไม่ก็ฟังเพลงครับ

ฮารุกะ ตอนมีเวลาทำอะไรคะ
แอนดี้ เล่นกีฬาหรือไม่ก็ฟังเพลงครับ
ฮารุกะ ชอบเล่นกีฬาอะไรคะ
แอนดี้ ชอบเล่นเทควันโดครับ
ฮารุกะ ถ้าอย่างนั้นชอบฟังเพลงอะไรคะ
แอนดี้ ชอบฟังเพลงฮิปฮอปครับ

บทสนทนา 2 ยากแต่สนุกค่ะ

เหลินผิง คุณซูจัน วันนี้ช่วงบ่ายยุ่งไหมครับ
ซูจัน ทำไมเหรอคะ
เหลินผิง ไปตีปิงปองที่โรงยิมด้วยกันไหมครับ
ซูจัน ขอโทษนะคะ วันนี้มีเรียนเทนนิสค่ะ
เหลินผิง เรียนเทนนิสเหรอครับ เรียนเทนนิสเป็นอย่างไรบ้างครับ
ซูจัน ยากแต่สนุกค่ะ

บทสนทนา 3 เล่นเทนนิสเป็นไหมคะ

ฮันส์ คุณซูจัน ช่วงนี้เป็นอย่างไรบ้างครับ
ซูจัน สบายดีค่ะ ช่วงนี้กำลังเรียนเทนนิสค่ะ
ฮันส์ อย่างนั้นเหรอครับ
ซูจัน คุณฮันส์เล่นเทนนิสเป็นไหมคะ
ฮันส์ ครับ เล่นเป็นครับ
ซูจัน ถ้าอย่างนั้น ไว้คราวหลังพวกเราไปเล่นเทนนิสกันนะคะ
ฮันส์ ครับ ดีครับ

การอ่านและการพูด เก่งภาษาอังกฤษมากครับ

เอกสารแนะนำตัว

คิม ชีฮุน

ผมชื่อคิม ชีฮุน ผมอยากทำงานที่สถานีถ่ายทอดกระจายเสียง SG ผมเรียนวิชาเอกนิเทศศาสตร์วารสารและสื่อสารมวลชน ผมจึงได้ฝึกงานในช่วงปิดเทอมที่สถานีถ่ายทอดกระจายเสียง

ตั้งแต่สมัยมัธยมปลาย ผมสนใจเกี่ยวกับวัฒนธรรมของชาติอื่นเป็นอย่างมาก ด้วยเหตุนี้ ตอนที่เป็นนักศึกษามหาวิทยาลัยชั้นปีที่ 1 ผมจึงได้ไปเรียนภาษาอังกฤษที่สหรัฐอเมริกาเป็นระยะเวลา 1 ปี ผมฟังข่าวภาษาอังกฤษและสามารถเข้าใจได้ และผมได้เรียนภาษาจีนที่โรงเรียนกวดวิชาเป็นระยะเวลา 1 ปี ผมจึงสามารถพูดภาษาจีนได้ด้วย

ผมสามารถใช้โปรแกรมคอมพิวเตอร์หลายโปรแกรมได้ด้วย โดยเฉพาะอย่างยิ่ง ผมเชี่ยวชาญด้านการตัดต่อ

ผมอยากผลิตรายการดี ๆ ที่สถานีถ่ายทอดกระจายเสียง SG ขอฝากเนื้อฝากตัวด้วยนะครับ

อีเมล : jhkim0815@amail.com
Kim, Jihun คิม ชีฮุน

การฟังและการพูด ช่วงนี้กำลังเรียนเทนนิสค่ะ

ตวน สวัสดีครับคุณซูจัน ตอนนี้จะไปไหนเหรอครับ
ซูจัน ไปสนามเทนนิสค่ะ ช่วงนี้ดิฉันกำลังเรียนเทนนิสค่ะ
ตวน อ๋อ เหรอครับ เริ่มเรียนเทนนิสตั้งแต่เมื่อไหร่ครับ
ซูจัน เริ่มตั้งแต่เดือนที่แล้วค่ะ
ตวน เรียนที่ไหนเหรอครับ
ซูจัน ที่สนามเทนนิสแถว ๆ บริษัทค่ะ
ตวน สนามเทนนิสนั้นเป็นอย่างไรบ้างครับ
ซูจัน ดีมากเลยค่ะ แล้วคุณครูก็ใจดีด้วยค่ะ
ตวน ไปสัปดาห์ละกี่ครั้งเหรอครับ
ซูจัน สัปดาห์ละสองครั้งค่ะ
ตวน ไปสนามเทนนิสเมื่อไหร่ครับ
ซูจัน ไปแต่เช้าหรือไม่ก็ไปหลังเลิกงานค่ะ ทำไมเหรอคะ
ตวน ผมเล่นเทนนิสไม่เป็นครับ ผมก็เลยอยากเรียนเทนนิสเหมือนกันครับ
ซูจัน อย่างนั้นเหรอคะ ถ้าอย่างนั้นครั้งหน้าไปด้วยกันนะคะ
ตวน ครับ ตอนนั้นก็ช่วยแนะนำคุณครูให้หน่อยนะครับ
ซูจัน ได้สิคะ คุณตวนคะ พรุ่งนี้ดีไหมคะ
ตวน ดีครับ
ซูจัน ถ้าอย่างนั้นพรุ่งนี้ไปสนามเทนนิสด้วยกันนะคะ
ตวน เจอกันกี่โมงดีครับ
ซูจัน อืม พรุ่งนี้ 6 โมงเย็น เจอกันที่สถานีชินชนทางออกที่ 2 ละกันค่ะ
ตวน โอเคครับ ถ้าอย่างนั้นเจอกันพรุ่งนี้นะครับ

บทที่ 6

เป็นร่มที่ยาวกว่าร่มคันนี้ครับ

<การพูด>

บทสนทนา 1 ตอนนี้กำลังทำการบ้านอยู่ครับ

เบยาร์ด สวัสดีค่ะ คุณแอนดี้ ตอนนี้อยู่ที่ไหนคะ
แอนดี้ อยู่ที่คาเฟ่อ่านหนังสือครับ ทำไมเหรอครับ
เบยาร์ด ไม่ทราบว่าคุณวรรณอยู่ที่นั่นหรือเปล่าคะ
แอนดี้ ครับ ตอนนี้กำลังทำการบ้านอยู่ครับ

บทสนทนา 2 ไม่ได้เจอเพื่อนครับ

วรรณ คุณฮันส์ เมื่อวานไปเจอเพื่อนมาเหรอคะ
ฮันส์ เปล่าครับ ไม่ได้เจอครับ
วรรณ ทำไมถึงไม่ได้เจอคะ
ฮันส์ เพื่อนยุ่งครับ ก็เลยไม่ได้เจอกัน

บทสนทนา 3 ร่มสีแดงครับ

กาเบรียล สวัสดีครับ ไม่ทราบว่าเห็นร่มไหมครับ
พนักงาน สักครู่นะคะ ร่มสีอะไรคะ
กาเบรียล ร่มสีแดงครับ
พนักงาน ไม่ทราบว่าใช่ร่มคันนี้หรือเปล่าคะ
กาเบรียล ไม่ใช่ครับ เป็นร่มที่ยาวกว่าร่มคันนี้ครับ

การอ่านและการพูด กระต่ายกับเต่า

กาลครั้งหนึ่งนานมาแล้ว มีกระต่ายและเต่าอาศัยอยู่ วันหนึ่งกระต่ายกำลังจะไปหาเพื่อน ตอนนั้นเอง เต่าก็กำลังเดินไปช้า ๆ อยู่หน้ากระต่าย

กระต่ายเห็นเต่าและได้ถามว่า “สวัสดีครับคุณเต่า จะไปไหนเหรอครับ”

เต่าตอบว่า “กำลังไปหาคุณย่าที่บ้านครับ” กระต่ายกล่าวว่า “คุณเต่าช้ามากเลยนะครับ วันนี้จะถึงบ้านคุณย่าไหมครับ” แล้วก็หัวเราะเสียงดัง เต่าอารมณ์เสียมาก

เต่าพูดกับกระต่ายว่า “คุณกระต่ายครับ เรามาวิ่งแข่งกันไปถึงภูเขาลูกโน้นดีไหมครับ ผมเอาชนะคุณได้นะครับ” แล้วกระต่ายก็ตอบว่า “ฮ่าฮ่าฮ่า จะเอาชนะผมได้เหรอครับ ดีครับ งั้นมาวิ่งแข่งกัน คุณเต่าชนะผมไม่ได้หรอกครับ”

แล้วกระต่ายกับเต่าก็เริ่มวิ่งแข่งกัน กระต่ายเร็วกว่าเต่ามาก วิ่งไปอย่างรวดเร็ว แต่เต่านั้นช้า ค่อย ๆ เดินไปอย่างเชื่องช้า

กระต่ายหันไปมองข้างหลัง ข้างล่างนั้นเต่ากำลังมาอย่างช้า ๆ กระต่ายคิดว่า “เฮ้อ ไม่สนุกเลย คุณเต่าช้าจริง ๆ ฉันจะนอนกลางวันตรงนี้สักครู่หนึ่ง” แล้วกระต่ายก็นอนกลางวันใต้ต้นไม้ แต่เต่านั้นไม่พักและตั้งใจเดินไป

ไม่นานหลังจากนั้น กระต่ายก็ตื่นขึ้น แล้วก็หันไปมองข้างหลัง แต่ก็ไม่เห็นเต่าแล้ว ในตอนนั้นเอง เต่าก็ได้เรียกกระต่ายด้วยเสียงอันดังว่า "ยะโฮ คุณกระต่าย" กระต่ายมองไปบนภูเขา เห็นเต่าอยู่บนภูเขา

เต่าไปถึงบนภูเขาเร็วกว่ากระต่าย เต่าชนะ เต่าอารมณ์ดีมาก

การฟังและการพูด กำลังหากระเป๋าสตางค์อยู่ค่ะ

ชีฮุน คุณวรรณ ทำไมยังไม่มาครับ ทุกคนรอคุณวรรณอยู่นะครับ
วรรณ เอ่อ ขอโทษนะคะ ดิฉันทำกระเป๋าสตางค์หายค่ะ ก็เลยกำลังหากระเป๋าสตางค์อยู่ค่ะ
ชีฮุน กระเป๋าสตางค์เหรอครับ ตอนนี้อยู่ที่ไหนครับ
วรรณ อยู่ที่สถานีชินชนค่ะ
ชีฮุน ในสถานีรถไฟฟ้าใต้ดินมีสำนักงานอยู่ครับ ลองถามพนักงานที่นั่นดูสิครับ
วรรณ ค่ะ ขอบคุณค่ะ

วรรณ ขอโทษนะคะ ดิฉันทำกระเป๋าสตางค์หายค่ะ
พนักงาน เป็นกระเป๋าสตางค์แบบไหนครับ
วรรณ เป็นกระเป๋าสตางค์ใบเล็กค่ะ
พนักงาน สีอะไรครับ
วรรณ สีดำค่ะ ในกระเป๋าสตางค์มีบัตรนักเรียน บัตร แล้วก็เงินอยู่ค่ะ
พนักงาน รอสักครู่นะครับ ไม่ทราบว่าใช่ใบนี้หรือเปล่าครับ
วรรณ ไม่ใช่ค่ะ เล็กกว่าใบนี้ค่ะ
พนักงาน ถ้าอย่างนั้นตรงนี้ไม่มีนะครับ
วรรณ อ่อ ค่ะ
พนักงาน ขอโทษนะครับ ลองโทรศัพท์ไปที่ศูนย์ของหายสิครับ
วรรณ ศูนย์ของหายเหรอคะ เบอร์โทรศัพท์ของที่นั่นคืออะไรคะ
พนักงาน 02-6110-1122 ครับ ที่นั่นจะรับโทรศัพท์จนถึง 5 โมงเย็นนะครับ มีศูนย์อยู่ที่สถานีศาลากลางจังหวัดครับ
วรรณ ขอบคุณค่ะ

บทที่ 7 ช่วยแนะนำร้านอาหารอร่อย ๆ ให้หน่อยสิครับ

<การพูด>

บทสนทนา 1 ช่วยเปลี่ยนที่ให้หน่อยนะครับ

แอนดี้ ขอโทษนะครับ ขอซุนดูบูจีแกหนึ่งที่ครับ
พนักงาน ได้ค่ะ
…
แอนดี้ เอ่อ ขอโทษนะครับ ช่วยเปลี่ยนที่ให้หน่อยนะครับ หนาวมากครับ

พนักงาน ค่ะ ได้ค่ะ
แอนดี้ ขอบคุณครับ

บทสนทนา 2 อีกสักครู่จะแนะนำให้นะคะ

แอนดี้ คุณมีนา เอ่อ
มีนา ค่ะ คุณแอนดี้ ทำไมเหรอคะ
แอนดี้ สัปดาห์หน้าเพื่อนจะมาประเทศเกาหลีครับ ช่วยแนะนำร้านอาหารอร่อย ๆ ให้หน่อยสิครับ
มีนา ค่ะ ได้ค่ะ แต่ตอนนี้ค่อนข้างยุ่ง อีกสักครู่จะแนะนำให้นะคะ
แอนดี้ ขอบคุณครับ

บทสนทนา 3 เคยลองกินพิบิมบับหรือยังครับ

กาเบรียล คุณเบยาร์ด เคยลองกินพิบิมบับหรือยังครับ
เบยาร์ด ค่ะ เคยลองกินแล้วค่ะ แล้วคุณกาเบรียลล่ะคะ
กาเบรียล ยังไม่เคยลองกินเลยครับ คุณเบยาร์ดช่วยแนะนำร้านอาหารอร่อย ๆ ให้หน่อยสิครับ
เบยาร์ด ได้ค่ะ เดี๋ยวดิฉันจะแนะนำให้ค่ะ
กาเบรียล ขอบคุณครับ

การอ่านและการพูด ทำพุลโกกีค่ะ

สัปดาห์ที่แล้วคุณวรรณไปเที่ยวบ้านคุณมีนากับเพื่อน ๆ ร่วมชั้นเรียน คุณแม่ของคุณมีนาทำอาหารเกาหลีให้กิน คุณวรรณและพวกเพื่อน ๆ กินอาหารอย่างเอร็ดอร่อย โดยเฉพาะพุลโกกีอร่อยเป็นพิเศษ คุณวรรณจึงขอร้องคุณแม่ของคุณมีนา

"พุลโกกีอร่อยมากค่ะ ทำอย่างไรคะ ช่วยสอนหน่อยได้ไหมคะ"

"อย่างนั้นเหรอคะ มาได้ทุกเมื่อเลยนะคะ เดี๋ยวจะสอนให้ค่ะ"

ไม่กี่วันหลังจากนั้น คุณวรรณก็ไปเรียนวิธีทำพุลโกกีที่บ้านของคุณมีนา

คุณวรรณทำพุลโกกีกับคุณแม่ของคุณมีนา ก่อนอื่น ใส่น้ำตาล น้ำมันงา และกระเทียมลงในซีอิ๊ว แล้วคลุกเคล้าให้เข้ากัน แล้วก็ใส่ซีอิ๊วนั้นในเนื้อวัว แล้วรอประมาณ 30 นาที จากนั้นก็ผัดเนื้อกับแคร์รอต หัวหอม และต้นหอม พุลโกกีของคุณวรรณเค็มเล็กน้อย แต่พุลโกกีของคุณแม่หวานและอร่อยมาก

ตอนนี้คุณวรรณก็สามารถทำพุลโกกีได้แล้ว จึงดีใจมาก

คุณแม่ของคุณมีนาพูดว่า

"คุณวรรณทำอาหารไทยเป็นหรือเปล่าคะ ช่วยสอนแม่ด้วยสิคะ"

"ได้เลยค่ะ ! ครั้งหน้าหนูจะสอนทำอาหารไทยให้เองคะ"

การฟังและการพูด เดี๋ยวผมย่างให้นะครับ

เบยาร์ด ขอโทษนะคะ ช่วยเช็ดโต๊ะให้หน่อยค่ะ
พนักงาน ครับ ได้ครับ เมนูอยู่นี่นะครับ จะรับอะไรดีครับ
เบยาร์ด รอสักครู่นะคะ

เบยาร์ด คุณกาเบรียล เคยกินหมูสามชั้นหรือยังคะ
กาเบรียล ยังครับ ยังไม่เคยกิน อร่อยไหมครับ
เบยาร์ด ค่ะ อร่อยมากค่ะ ลองกินดูสิคะ

กาเบรียล ดีครับ เรารีบสั่งกันดีไหมครับ หิวมากเลยครับ

เบยาร์ด ขอโทษนะคะ ขอหมูสามชั้น 2 ที่ค่ะ
พนักงาน หมูสามชั้น 2 ที่ได้แล้วครับ เดี๋ยวผมย่างให้นะครับ
เบยาร์ด ว้าว ขอบคุณค่ะ
กาเบรียล ว้าว ขอบคุณครับ

กาเบรียล ขอโทษนะครับ ขอเครื่องเคียงเพิ่มหน่อยครับ
พนักงาน เครื่องเคียงตักเองได้เลยครับ มุมบริการตนเองอยู่ทางโน้นครับ
กาเบรียล เดี๋ยวผมไปเอามาให้นะครับ

พนักงาน จะรับประทานอะไรดีครับ
เบยาร์ด มีอะไรบ้างคะ
พนักงาน มีบะหมี่เย็นและทเว็นจังจีแกครับ
กาเบรียล อืม ทเว็นจังจีแกเผ็ดไหมครับ
พนักงาน ไม่เผ็ดครับ อร่อยนะครับ ลองรับประทานดูสักครั้งสิครับ
กาเบรียล ถ้าอย่างนั้นผมขอทเว็นจังจีแกครับ
เบยาร์ด ดิฉันขอบะหมี่เย็นค่ะ

พนักงาน อาหารได้แล้วครับ ขอให้รับประทานให้อร่อยนะครับ
เบยาร์ด เอ่อ ขอกรรไกรหน่อยค่ะ
พนักงาน เดี๋ยวผมตัดให้ครับ
เบยาร์ด ขอบคุณค่ะ

ชอบเพราะวิชาการพูดสนุกครับ

<การพูด>

บทสนทนา 1 ทำการบ้านแล้วใช่ไหมครับ

ฮันส์ คุณฮารุกะ ทำการบ้านแล้วใช่ไหมครับ
ฮารุกะ ยังค่ะ ยังไม่ได้ทำ
ฮันส์ ทำไมล่ะครับ
ฮารุกะ ไม่ได้ทำเพราะไม่มีเวลาค่ะ
ฮันส์ อย่างนั้นเหรอครับ ผมเองก็ยังทำไม่เสร็จครับ วันนี้ทำด้วยกันไหมครับ
ฮารุกะ ดีค่ะ ทำด้วยกันนะคะ

บทสนทนา 2 รู้สึกลำบากเพราะต้องตื่นเช้าค่ะ

ซาร่า คุณเหลินผิง เทอมนี้เป็นอย่างไรคะ
เหลินผิง ชอบมากเลยครับ
ซาร่า ชอบอะไรที่สุดคะ
เหลินผิง ชอบเพราะวิชาการพูดสนุกครับ
ซาร่า ดิฉันเองก็เหมือนกันค่ะ แต่ดิฉันรู้สึกลำบากอยู่หน่อยเพราะต้องตื่นเช้าค่ะ

บทสนทนา 3 จะไปเที่ยวปูซานครับ

แอนดี้ จบเทอมนี้แล้วนะครับ
เบยาร์ด ใช่ค่ะ เวลาผ่านไปเร็วมากค่ะ
แอนดี้ ปิดเทอมคุณเบยาร์ดจะทำอะไรครับ
เบยาร์ด ดิฉันจะไปบ้านเกิดค่ะ แล้วคุณแอนดี้ล่ะคะ
แอนดี้ ผมจะไปเที่ยวปูซานครับ
เบยาร์ด อ๋อ เหรอคะ คุณแอนดี้ ถ้าอย่างนั้นขอให้ใช้เวลาช่วงปิดเทอมให้สนุกนะคะ

การอ่านและการพูด ตอนนี้สามารถพูดเป็นภาษาเกาหลีได้แล้ว

สวัสดีครับ วันนี้ผมจะมาแนะนำการใช้ชีวิตในโรงเรียนของผมให้ฟังครับ ผมเริ่มเรียนภาษาเกาหลีที่สหรัฐอเมริกาตั้งแต่ปีที่แล้ว แต่ภาษาเกาหลียากมาก จึงยังไม่เก่งครับ เพราะฉะนั้นผมจึงมาเรียนภาษาเกาหลีที่ประเทศเกาหลีเมื่อสามเดือนที่แล้ว ตอนแรกผมพูดกับเพื่อน ๆ เป็นภาษาอังกฤษ แต่ตอนนี้สามารถพูดเป็นภาษาเกาหลีได้แล้วครับ

ลองดูนี่สิครับ มีอาคารสีแดงอยู่ใช่ไหมครับ ผมเรียนภาษาเกาหลีที่นี่ครับ ในอาคารนี้มีห้องเรียน ห้องสำนักงาน ห้องนั่งเล่น และคาเฟอ่านหนังสืออยู่ ห้องเรียนของชั้นเรียนเราอยู่ที่ชั้น 8 ครับ ตรงนี้คือชั้นเรียนครับ พวกเราเรียนที่นี่ตั้งแต่ 9 โมงเช้าถึงบ่ายโมงครับ

นี่คือเพื่อน ๆ ร่วมชั้นของผมครับ คนนี้คือคุณฮันส์ คุณฮันส์ขยันมากครับ คุณฮันส์เรียนภาษาเกาหลีตอนเช้า และไปทำงานที่บริษัทตอนบ่าย และในวันหยุดก็ไปเดินเขาหรือไม่ก็ว่ายน้ำ คนนี้คือคุณซาร่า คุณซาร่าชอบภาพยนตร์เกาหลีมากครับ รู้จักชื่อนักแสดงภาพยนตร์ชาวเกาหลีเกือบทุกคนเลย คุณฮารุกะเก่งภาษาเกาหลีที่สุดในชั้นเรียนของเรา คุณฮารุกะฉลาดและเป็นมิตรมากครับ

หลังเลิกเรียนผมไปโรงอาหาร ผมไปที่นี่บ่อย ๆ เพราะเมนูแตกต่างกันไปในแต่ละวัน แล้วก็ราคาถูกด้วย หลังจากรับประทานอาหารกลางวันเสร็จ ผมก็ไปเล่นกีฬาครับ บางครั้งก็เล่นฟุตบอลกับคุณกาเบรียลและคุณเหลินผิง หรือไม่ก็เล่นเทนนิสกับคุณซูจันครับ

ก่อนสอบผมจะไปคาเฟอ่านหนังสือกับเพื่อน ๆ ร่วมชั้น เราอ่านหนังสือด้วยกันที่นี่ครับ เทอมนี้จะสิ้นสุดลงสัปดาห์หน้า ตอนปิดเทอมผมจะไปเที่ยวปูซานกับเพื่อน ๆ ครับ

ผมจะไปเที่ยวชมหลาย ๆ ที่ และกินอาหารอร่อย ๆ ที่ปูซาน การใช้ชีวิตในประเทศเกาหลีค่อนข้างยุ่ง แต่ก็สนุกมากครับ ครั้งต่อไป ผมจะแนะนำการท่องเที่ยวที่ปูซานด้วยครับ

การฟังและการพูด เจอกันที่สนามบินวันจันทร์ครับ

เจนี่ สวัสดีค่ะ
ชีฮุน สวัสดีครับ ผมชื่อชีฮุนครับ
เจนี่ สวัสดีค่ะ คุณชีฮุน กำลังรอสายจากคุณอยู่ค่ะ
ชีฮุน คุณเจนี่ครับ ออกเดินทางสัปดาห์หน้าใช่ไหมครับ

เจนี่ ใช่ค่ะ ออกเดินทางวันจันทร์หน้า เวลาเก้าโมงเช้าค่ะ

ชีฮุน เก้าโมงเช้าตามเวลาประเทศเกาหลีใช่ไหมครับ

เจนี่ ไม่ใช่ค่ะ ออกเดินทางเวลาเก้าโมงเช้าตามเวลาซิดนีย์ค่ะ แล้วก็เดินทางถึงเวลาหกโมงเย็นตามเวลาประเทศเกาหลีค่ะ

ชีฮุน อย่างนั้นเหรอครับ คุณเจนี่ ถ้าอย่างนั้นเจอกันที่สนามบินวันจันทร์นะครับ เดี๋ยวผมจะไปรับเองครับ

เจนี่ จริงเหรอคะ ขอบคุณมากค่ะ จริงด้วย ! คุณชีฮุน ช่วงนี้อากาศที่ประเทศเกาหลีเป็นอย่างไรคะ หนาวไหมคะ

ชีฮุน ครับ ช่วงนี้หนาวมากครับ เพราะฉะนั้นต้องเอาเสื้อผ้าหนา ๆ มาด้วยนะครับ

เจนี่ ค่ะ โอเคค่ะ คุณชีฮุนอยากได้อะไรไหมคะ

ชีฮุน ไม่รู้สิครับ อ้อ ช่วยซื้อหนังสือภาษาอังกฤษมาให้หน่อยได้ไหมครับ

เจนี่ หนังสือภาษาอังกฤษเหรอคะ

ชีฮุน ใช่ครับ มีหนังสือภาษาอังกฤษที่ผมอยากอ่านอยู่ครับ เดี๋ยวผมจะส่งข้อความชื่อหนังสือให้นะครับ

เจนี่ ค่ะ ได้ค่ะ แล้วมีอะไรที่อยากได้อีกไหมคะ

ชีฮุน ไม่มีแล้วครับ ว่าแต่เตรียมตัวเสร็จแล้วเหรอครับ

เจนี่ เกือบเสร็จแล้วค่ะ แต่ว่าพูดภาษาเกาหลีไม่เก่ง ก็เลยรู้สึกกังวลค่ะ

ชีฮุน ไม่ต้องกังวลไปนะครับ เดี๋ยวคุณเจนี่ก็เก่งครับ

เจนี่ ขอบคุณนะคะคุณชีฮุน

ชีฮุน งั้นไว้เจอกันที่สนามบินนะครับคุณเจนี่

เจนี่ ค่ะ คุณชีฮุน ไว้เจอกันตอนนั้นนะคะ

ดัชนีคำศัพท์และสำนวน (เรียงตามลำดับตัวอักษร)

● คำนาม ■ คำกริยา ▲ คำคุณศัพท์ ◆ อื่น ๆ □ สำนวน

2인분	◆	2 ที่	1B 7과	듣고 말하기
A/S센터	□	ศูนย์บริการหลังการขาย	1B 7과	말하기

ㄱ

가격	●	ราคา	1B 1과	듣고 말하기
가끔	◆	บางครั้ง	1B 8과	읽고 말하기
가방을 들다	◆	ถือกระเป๋า	1B 7과	말하기
가볍다-가벼워요-가벼운 가방	▲	เบา - กระเป๋าเบา	1B 2과	말하기
가지고 오다	◆	เอามา	1B 7과	말하기
간식	●	อาหารว่าง	1B 4, 8과	읽고 말하기
간장	●	ซีอิ๊ว	1B 7과	읽고 말하기
감기에 걸리다	◆	เป็นหวัด	1B 4, 8과	말하기
갔다 오다	◆	ไปมา	1B 4과	듣고 말하기
같다-같아요-같은 옷	▲	เหมือน - เสื้อผ้าเหมือนกัน	1B 2과	말하기
거기	●	ที่นั่น	1B 4과	읽고 말하기
거리	●	ถนน	1B 2과	읽고 말하기
거북	●	เต่า	1B 6과	읽고 말하기
거실	●	ห้องนั่งเล่น	1B 4과	읽고 말하기
거의 다 알아요.	□	รู้เกือบทั้งหมด	1B 8과	읽고 말하기
거의 다 했어요.	□	เกือบเสร็จแล้วค่ะ	1B 8과	듣고 말하기
걱정되다	■	กังวล	1B 8과	듣고 말하기
걱정하다	■	กังวล	1B 4과	듣고 말하기
건강	●	สุขภาพ	1B 4과	읽고 말하기
건강 조심하세요.	□	ระวังสุขภาพด้วยค่ะ	1B 1과	읽고 말하기
건물	●	อาคาร	1B 8과	읽고 말하기
걸어가다	■	เดินไป	1B 6과	읽고 말하기
게임 센터	◆	ร้านเกม	1B 2과	읽고 말하기
게임하다	◆	เล่นเกม	1B 3과	말하기
경치가 좋다	◆	วิวดี	1B 1과	말하기

계산하다	■	คำนวณ คิดเงิน	1B 7과	말하기
계세요-계셨어요	■	อยู่	1B 4과	말하기
고등학교	●	โรงเรียนมัธยมปลาย	1B 5과	읽고 말하기
고시원	●	ห้องพักขนาดเล็ก โคชีว็อน	1B 2과	듣고 말하기
고장났어요.	□	เสีย พัง	1B 7과	말하기
골프를 치다	◆	ตีกอล์ฟ	1B 5과	말하기
공연	●	การแสดง	1B 8과	말하기
공연을 보다	◆	ดูการแสดง	1B 3과	말하기
공연하다	■	แสดง	1B 3과	듣고 말하기
공포 영화	●	ภาพยนตร์สยองขวัญ	1B 5과	말하기
과자	●	ขนม	1B 2과	말하기
관심이 많다	◆	สนใจมาก	1B 5과	읽고 말하기
괜찮다	▲	ไม่เป็นไร	1B 4과	듣고 말하기
교통이 불편해요.	□	การสัญจรไม่สะดวก	1B 1과	듣고 말하기
구두	●	รองเท้า	1B 2과	말하기
굽다	■	ย่าง	1B 7과	듣고 말하기
귀	●	หู	1B 4과	말하기
귀걸이	●	ต่างหู	1B 3과	말하기
귤	●	ส้ม	1B 2과	말하기
그때	◆	ตอนนั้น	1B 6과	읽고 말하기
그러니까	◆	เพราะฉะนั้น	1B 8과	듣고 말하기
그러세요?	□	อย่างนั้นเหรอคะ	1B 4과	말하기
그럼요.	□	แน่นอนค่ะ	1B 2과	듣고 말하기
그림을 그리다	◆	วาดภาพ	1B 6과	말하기
글쎄요.	□	ไม่รู้สิคะ	1B 1과	듣고 말하기
금방	◆	เดี๋ยว อีกไม่นาน	1B 8과	듣고 말하기
기분이 나쁘다	◆	อารมณ์ไม่ดี	1B 6과	읽고 말하기
기쁘다	▲	ดีใจ	1B 7과	읽고 말하기
기타를 치다	◆	เล่นกีตาร์	1B 5과	말하기
길다-길어요-긴 바지	▲	ยาว - กางเกงขายาว	1B 2과	말하기
김	●	สาหร่าย	1B 2과	말하기

김밥	●	คิมบับ	1B 7과	말하기
김치	●	กิมจิ	1B 2과	말하기
김치볶음밥	●	ข้าวผัดกิมจิ	1B 7과	말하기
까만색	●	สีดำ	1B 6과	말하기
깨끗하다	▲	สะอาด	1B 2과	듣고 말하기
꽃	●	ดอกไม้	1B 2과	읽고 말하기
끄다	■	ปิด (เครื่องใช้ไฟฟ้า)	1B 7과	말하기

ㄴ

나무	●	ต้นไม้	1B 3과	읽고 말하기
낚시하다	■	ตกปลา	1B 7과	말하기
날씨		อากาศ	1B 2과	말하기
날씨가 좋다	◆	อากาศดี	1B 4과	읽고 말하기
남색	●	สีน้ำเงินเข้ม สีคราม	1B 6과	말하기
낮다-낮아요	▲	ต่ำ	1B 1과	말하기
내과	●	คลินิกอายุรกรรม	1B 4과	듣고 말하기
내일 학교에 꼭 오세요.	□	พรุ่งนี้ต้องมาโรงเรียนให้ได้นะคะ	1B 4과	듣고 말하기
냉장고	●	ตู้เย็น	1B 2과	듣고 말하기
너무	◆	มาก เกินไป	1B 1과	말하기
너무 피곤하다	◆	เหนื่อยมาก	1B 8과	말하기
넓다	▲	กว้าง	1B 1과	말하기
넣다	■	ใส่	1B 7과	읽고 말하기
노란색	●	สีเหลือง	1B 6과	말하기
노래방	●	ร้านคาราโอเกะ	1B 2과	읽고 말하기
노래방에 가다	◆	ไปร้านคาราโอเกะ	1B 3과	말하기
농구하다	■	เล่นบาสเกตบอล	1B 5과	말하기
높다-높아요	▲	สูง	1B 1과	말하기
누구든지	◆	ใคร ๆ ใครก็ตาม	1B 3과	듣고 말하기
누르다	■	กด	1B 7과	말하기

눈	●	ตา	1B 4과	말하기
뉴스를 보다	◆	ดูข่าว	1B 4과	말하기
느리다-느려요- 느린 버스	▲	ช้า - รถเมล์ช้า	1B 2과	말하기
늦게까지	◆	จนดึก จนสาย	1B 1과	듣고 말하기

ㄷ

다 같이	◆	ด้วยกันทั้งหมด	1B 3과	읽고 말하기
다 먹을 수 없다	◆	กินไม่หมด	1B 7과	말하기
다르다-달라요-다른 옷	▲	ต่าง - เสื้อผ้าตัวอื่น	1B 2과	말하기
다른 약속이 있다	◆	มีนัดอื่น	1B 1과	말하기
다른 일이 있다	◆	มีงานอื่น มีธุระอื่น	1B 8과	말하기
다리	●	ขา	1B 4과	말하기
다시	◆	อีก	1B 3과	읽고 말하기
다양하다	▲	ต่าง ๆ หลากหลาย	1B 3과	듣고 말하기
단어	●	คำศัพท์	1B 6과	말하기
달다	▲	หวาน	1B 2과	말하기
달리기하다	■	วิ่งแข่ง	1B 6과	읽고 말하기
당근	●	แคร์รอต	1B 7과	읽고 말하기
대답하다	■	ตอบ	1B 3과	읽고 말하기
덥다-더워요	▲	ร้อน	1B 1과	말하기
돈을 찾다	◆	ถอนเงิน	1B 1과	말하기
돕다	■	ช่วย	1B 7과	말하기
두껍다	▲	หนา	1B 8과	읽고 말하기
둘 다	◆	ทั้งสอง	1B 2과	듣고 말하기
둘이서만	◆	สองคนเท่านั้น	1B 3과	읽고 말하기
드라이기	●	ไดร์เป่าผม	1B 2과	말하기
드림	◆	ขอแสดงความนับถือ	1B 1과	읽고 말하기
드세요-드셨어요	■	รับประทาน	1B 4과	말하기
들어가다	■	เข้าไป	1B 1과	말하기

들어오세요.	□	เชิญเข้ามาค่ะ	1B 4과	듣고 말하기
등산하다	◆	เดินเขา	1B 3과	말하기
따뜻하다	▲	อบอุ่น	1B 4과	말하기
떡볶이	●	ต็อกโบกี	1B 3, 7과	말하기
또	◆	อีก	1B 1과	듣고 말하기
똑똑하다	▲	ฉลาด	1B 8과	읽고 말하기
뛰어가다	■	วิ่งไป	1B 6과	읽고 말하기

ㄹ

라면	●	รามย็อน บะหมี่กึ่งสำเร็จรูป	1B 7과	말하기
라틴 댄스	●	ละตินแดนซ์	1B 5과	말하기

ㅁ

마늘	●	กระเทียม	1B 7과	읽고 말하기
마음에 들다	◆	ถูกใจ ชอบ	1B 1과	읽고 말하기
막걸리	●	มักก็อลลี	1B 2과	말하기
만들어 주셨습니다.	□	ช่วยทำให้	1B 7과	읽고 말하기
많다-많아요	▲	เยอะ	1B 1과	말하기
말씀하세요-말씀하셨어요	■	พูด	1B 4과	말하기
말씀하셨습니다.	□	พูด	1B 7과	읽고 말하기
맛없다-맛없어요	▲	ไม่อร่อย	1B 1과	말하기
맛있게 드세요.	□	ขอให้รับประทานให้อร่อยนะครับ	1B 2과	말하기
맛있다-맛있어요	▲	อร่อย	1B 1과	말하기
맛집	●	ร้านอาหารอร่อย	1B 7과	말하기
맵다	▲	เผ็ด	1B 2과	말하기
머리	●	ศีรษะ ผม	1B 2, 4과	말하기
머리가 아프다	◆	ปวดหัว	1B 8과	말하기

먼저	◆	ก่อน	1B 7과	읽고 말하기
멋있다	▲	เท่ ดูดี	1B 2과	말하기
메뉴판	●	เมนู	1B 7과	듣고 말하기
메시지로 보낼게요.	□	เดี๋ยวจะส่งข้อความให้นะครับ	1B 8과	듣고 말하기
며칠 후	◆	สองสามวันหลังจากนั้น	1B 7과	읽고 말하기
몇 잔	◆	กี่แก้ว	1B 4과	말하기
모두	◆	ทั้งหมด	1B 1과	읽고 말하기
목	●	คอ	1B 4과	말하기
목도리	●	ผ้าพันคอกันหนาว	1B 6과	말하기
무겁다-무거워요- 무거운 가방	▲	หนัก - กระเป๋าหนัก	1B 2과	말하기
무료	●	ฟรี	1B 3과	듣고 말하기
무릎	●	เข่า	1B 4과	말하기
무슨 색 우산이에요?	□	ร่มสีอะไรคะ	1B 6과	말하기
무슨 색이에요?	□	สีอะไรคะ	1B 6과	말하기
문화	●	วัฒนธรรม	1B 1과	말하기
물어보다	■	ลองถามดู	1B 6과	읽고 말하기
뭐 주문하시겠어요?	□	A : จะรับอะไรดีครับ	1B 7과	듣고 말하기
뭐 찾으세요?	□	กำลังหาอะไรอยู่ครับ	1B 2과	말하기
미술관에 가다	◆	ไปพิพิธภัณฑ์ศิลปะ	1B 3과	말하기

ㅂ

바람이 불다	◆	ลมพัด	1B 4과	읽고 말하기
바람이 시원하다	◆	ลมเย็นสบาย	1B 1과	말하기
바로	◆	เลย ทันที	1B 2과	듣고 말하기
바쁘다	▲	ยุ่ง	1B 8과	말하기
바지	●	กางเกง	1B 2과	말하기
반지	●	แหวน	1B 3과	말하기
반찬	●	เครื่องเคียง	1B 7과	듣고 말하기
반찬은 셀프예요.	□	เครื่องเคียงตักเองได้เลยครับ	1B 7과	듣고 말하기

발	●	เท้า	1B 4과	말하기
발음을 잘하다	◆	ออกเสียงได้ดี	1B 1과	말하기
방송	●	รายการ การออกอากาศ	1B 5과	읽고 말하기
방송국	●	สถานีถ่ายทอดกระจายเสียง	1B 5과	읽고 말하기
방학 잘 보내세요.	□	ขอให้ใช้เวลาช่วงปิดเทอมให้สนุกนะคะ	1B 8과	말하기
배	●	ท้อง	1B 4과	말하기
배가 고프다	◆	หิว	1B 7과	듣고 말하기
배드민턴을 치다	◆	เล่นแบดมินตัน	1B 5과	말하기
배우러 다니다	◆	ไปเรียน	1B 5과	말하기
버스킹	●	ดนตรีเปิดหมวก (busking)	1B 2과	읽고 말하기
번역하다	■	แปล	1B 6과	말하기
번지 점프를 하다	◆	กระโดดบันจีจัมป์	1B 7과	말하기
벌써 다 끝났어요.	□	เสร็จหมดแล้ว	1B 8과	말하기
보라색	●	สีม่วง	1B 6과	말하기
복습하다	■	ทบทวน	1B 1과	읽고 말하기
볶다	■	ผัด	1B 7과	읽고 말하기
부동산	●	อสังหาริมทรัพย์	1B 1과	듣고 말하기
부르다	■	เรียก	1B 6과	읽고 말하기
부엌	●	ห้องครัว	1B 1과	읽고 말하기
부지런하다	▲	ขยัน	1B 8과	읽고 말하기
부츠	●	รองเท้าบูต	1B 2과	말하기
부탁하다	■	รบกวน ขอร้อง	1B 7과	읽고 말하기
불고기	●	พุลโกกี	1B 7과	읽고 말하기
불편하다	▲	ไม่สะดวก	1B 1과	읽고 말하기
비가 오다	◆	ฝนตก	1B 4과	읽고 말하기
비빔국수	●	บะหมี่ยำ	1B 7과	말하기
비빔밥	●	พิบิมบับ	1B 7과	말하기
비싸다-비싸요	▲	แพง	1B 1과	말하기
비행기표	●	ตั๋วเครื่องบิน	1B 1과	말하기

빠르다-빨라요-빠른 버스	▲	เร็ว - รถเมล์เร็ว	1B 2과	말하기
빨간색	●	สีแดง	1B 6과	말하기
빨리	◆	อย่างเร็ว	1B 6과	읽고 말하기
빨리 나으세요.	□	ขอให้หายไว ๆ นะคะ	1B 4과	듣고 말하기

ㅅ

사다 주다	◆	ช่วยซื้อให้	1B 8과	듣고 말하기
사무실	●	สำนักงาน	1B 6과	듣고 말하기
사용하다	■	ใช้	1B 5과	읽고 말하기
사진을 찍다	◆	ถ่ายรูป	1B 3과	말하기
산책하다	◆	เดินเล่น	1B 3과	말하기
삼겹살	●	หมูสามชั้น	1B 7과	듣고 말하기
새 집	◆	บ้านใหม่	1B 1과	읽고 말하기
색깔	●	สี	1B 2과	말하기
생각하다	■	คิด	1B 6과	읽고 말하기
생활	●	ชีวิต การใช้ชีวิต	1B 1과	읽고 말하기
서류를 만들다	◆	ทำเอกสาร	1B 1과	말하기
서울을 안내하다	◆	แนะนำกรุงโซล	1B 1과	말하기
섞다	■	ผสม คลุก	1B 7과	읽고 말하기
선물	●	ของขวัญ	1B 2과	읽고 말하기
선물을 받다	◆	ได้รับของขวัญ	1B 3과	듣고 말하기
선풍기	●	พัดลม	1B 2과	말하기
설탕	●	น้ำตาล	1B 7과	읽고 말하기
세계 여러 나라 음식	◆	อาหารของนานาประเทศทั่วโลก	1B 3과	듣고 말하기
세탁기	●	เครื่องซักผ้า	1B 2과	듣고 말하기
셀프 코너	◆	มุมบริการตนเอง	1B 7과	듣고 말하기
소개하다	■	แนะนำ	1B 7과	말하기
소개해 주다	◆	ช่วยแนะนำ	1B 5과	듣고 말하기

소고기	●	เนื้อวัว	1B 7과	읽고 말하기
소리	●	เสียง	1B 6과	읽고 말하기
손	●	มือ	1B 4과	말하기
손을 씻다	◆	ล้างมือ	1B 6과	말하기
손이 아프다	◆	เจ็บมือ	1B 5과	말하기
수업료가 비싸다	◆	ค่าเรียนแพง	1B 5과	말하기
수영하다	■	ว่ายน้ำ	1B 5과	말하기
숙제가 많다	◆	การบ้านเยอะ	1B 8과	말하기
순두부찌개	●	ซุนดูบูจีแก	1B 7과	말하기
쉽다-쉬워요-쉬운 시험	▲	ง่าย - การสอบที่ง่าย	1B 2과	말하기
스노보드를 타다	◆	เล่นสโนว์บอร์ด	1B 5과	말하기
스카프	●	ผ้าพันคอ	1B 2과	말하기
스케이트를 타다	◆	เล่นสเกต	1B 5과	말하기
스키를 타다	◆	เล่นสกี	1B 5과	말하기
시간이 빠르다	◆	เวลาผ่านไปเร็ว	1B 8과	말하기
시간이 없다	◆	ไม่มีเวลา	1B 8과	말하기
시간이 있을 때 뭐 하세요?	□	ตอนมีเวลาทำอะไรคะ	1B 5과	말하기
시끄럽다-시끄러워요-시끄러운 교실	▲	หนวกหู เสียงดัง - ห้องเรียนที่เสียงดัง	1B 2과	말하기
시다	▲	เปรี้ยว	1B 2과	말하기
시장	●	ตลาด	1B 2과	읽고 말하기
시청 역	◆	สถานีศาลากลางจังหวัด	1B 6과	듣고 말하기
시키다	■	สั่ง	1B 7과	듣고 말하기
시험 공부하다	◆	อ่านหนังสือเตรียมสอบ	1B 8과	말하기
시험을 보다	◆	สอบ	1B 4과	듣고 말하기
시험이 있다	◆	มีสอบ	1B 8과	말하기
식사가 나오다	◆	อาหารได้แล้ว	1B 7과	듣고 말하기
식사는 뭘로 하시겠어요?	□	จะรับประทานอะไรดีครับ	1B 7과	듣고 말하기
신다	■	สวม (รองเท้า ถุงเท้า)	1B 2과	말하기
신문	●	หนังสือพิมพ์	1B 4과	말하기

신문방송학	●	นิเทศศาสตร์วารสารและสื่อสารมวลชน	1B 5과	읽고 말하기
신촌 역 2번 출구	◆	สถานีชินชน ทางออกที่ 2	1B 5과	듣고 말하기
싸다-싸요	▲	ถูก	1B 1과	말하기
쓰다	■	เขียน ใช้	1B 2과	말하기

ㅇ

아름다운 곳	◆	สถานที่สวยงาม	1B 2과	말하기
아직 잘 모르겠어요.	□	ยังไม่รู้เลยค่ะ	1B 3과	말하기
아직 특별한 계획은 없어요.	□	ยังไม่มีแผนพิเศษอะไรเลยค่ะ	1B 3과	듣고 말하기
아프다	▲	ไม่สบาย เจ็บ ปวด	1B 4과	말하기
안내하다	■	แนะนำ	1B 7과	말하기
알겠어요.	□	ทราบแล้วค่ะ	1B 1과	말하기
알다	■	รู้	1B 1과	말하기
알레르기가 있다	◆	มีอาการแพ้	1B 4과	말하기
알리다	■	บอก	1B 7과	말하기
애니메이션	●	แอนิเมชัน	1B 5과	말하기
액세서리	●	เครื่องประดับ	1B 2과	읽고 말하기
액션 영화	●	ภาพยนตร์แอ็กชัน	1B 5과	말하기
야구하다	■	เล่นเบสบอล	1B 5과	말하기
야호!	□	ยะโฮ	1B 6과	읽고 말하기
약을 먹다	◆	กินยา	1B 1과	말하기
얇다	▲	บาง	1B 6과	말하기
양파	●	หัวหอม	1B 7과	읽고 말하기
어깨	●	ไหล่	1B 4과	말하기
어느 날	◆	วันหนึ่ง	1B 6과	읽고 말하기
어둡다	▲	มืด	1B 7과	말하기
어떻게 해요?	□	ทำอย่างไรดี	1B 4과	듣고 말하기
어렵다-어려워요-어려운 시험	▲	ยาก - การสอบที่ยาก	1B 2과	말하기

어서 오세요.	□	เชิญค่ะ	1B 2과	말하기
언니	●	พี่สาว (สำหรับผู้หญิง)	1B 4과	읽고 말하기
언제든지	◆	เมื่อไหร่ก็ตาม	1B 7과	읽고 말하기
얼굴이 안 좋으세요.	□	สีหน้าไม่ดี	1B 4과	말하기
얼마 후	◆	ไม่นานนัก	1B 6과	읽고 말하기
에어컨	●	เครื่องปรับอากาศ	1B 2과	듣고 말하기
여기요.	□	ขอโทษนะครับ	1B 2과	말하기
여기저기	●	หลาย ๆ ที่	1B 8과	말하기
여러 가지	◆	หลายอย่าง	1B 3과	듣고 말하기
역사	●	ประวัติศาสตร์	1B 1과	말하기
연습하다	■	ฝึกฝน	1B 1과	말하기
열이 나다	◆	มีไข้	1B 4과	말하기
열심히	◆	ขยัน ตั้งใจ	1B 6과	읽고 말하기
영화를 보다	◆	ดูภาพยนตร์	1B 3과	말하기
예매	■	การจอง	1B 7과	말하기
예쁘다	▲	สวย	1B 2과	말하기
옛날옛날에	◆	กาลครั้งหนึ่งนานมาแล้ว	1B 6과	읽고 말하기
오이를 빼다	◆	ไม่ใส่แตงกวา	1B 7과	말하기
옷 가게	◆	ร้านเสื้อผ้า	1B 2과	말하기
외국	●	ต่างประเทศ	1B 7과	말하기
외우다	■	ท่องจำ	1B 6과	말하기
요가(를) 하다	◆	เล่นโยคะ	1B 4과	읽고 말하기
요즘 어떻게 지내세요?	□	ช่วงนี้เป็นอย่างไรบ้างครับ	1B 5과	말하기
운동하다	◆	เล่นกีฬา	1B 3과	말하기
운동화	●	รองเท้าผ้าใบ	1B 2과	말하기
웃다	■	หัวเราะ	1B 6과	읽고 말하기
원룸	●	ห้องสตูดิโอ	1B 2과	듣고 말하기
월세	●	ค่าเช่าบ้านรายเดือน	1B 2과	듣고 말하기
위치	●	ที่ตั้ง	1B 2과	듣고 말하기
유명하다	▲	มีชื่อเสียง	1B 2과	읽고 말하기
유실물 센터	◆	ศูนย์ของหาย	1B 6과	듣고 말하기

이 우산	◆	ร่มคันนี้	1B 6과	말하기
이 티셔츠	◆	เสื้อยืดตัวนี้	1B 2과	말하기
이거	◆	อันนี้	1B 6과	말하기
이기다	■	ชนะ	1B 3과	읽고 말하기
이따가	◆	อีกสักครู่	1B 7과	말하기
이를 닦다	◆	แปรงฟัน	1B 6과	말하기
이벤트	●	อิเวนต์	1B 3과	듣고 말하기
이해하다	■	เข้าใจ	1B 5과	읽고 말하기
인터뷰 준비하다	◆	เตรียมสัมภาษณ์	1B 8과	말하기
인턴을 하다	◆	ฝึกงาน	1B 5과	읽고 말하기
일이 생기다	◆	เกิดเรื่อง	1B 6, 8과	말하기
일주일 동안	◆	เป็นระยะเวลาหนึ่งสัปดาห์	1B 1과	말하기
일주일에 몇 번	◆	สัปดาห์ละกี่ครั้ง	1B 5과	듣고 말하기
일찍부터	◆	ตั้งแต่เช้า ๆ	1B 3과	듣고 말하기
잃어버리다	■	ทำหาย	1B 6과	듣고 말하기
입	●	ปาก	1B 4과	말하기
입다	■	สวม (เสื้อผ้า)	1B 2과	말하기

ㅈ

자기소개서	●	เอกสารแนะนำตัว	1B 5과	읽고 말하기
자르다	■	ตัด	1B 7과	듣고 말하기
자리를 바꾸다	◆	เปลี่ยนที่	1B 7과	말하기
자전거를 타다	◆	ปั่นจักรยาน	1B 5과	말하기
작다-작아요	▲	เล็ก	1B 1과	말하기
잔치국수	●	บะหมี่งานเลี้ยง	1B 7과	말하기
잘 지내요.	□	สบายดี	1B 1과	읽고 말하기
잘 부탁드립니다.	□	ขอฝากเนื้อฝากตัวด้วยนะครับ	1B 5과	읽고 말하기
잘하다	■	เก่ง	1B 4과	말하기
잠깐	◆	สักครู่	1B 1과	말하기
잠깐만 기다려 주세요.	□	รอสักครู่นะคะ	1B 7과	듣고 말하기

잠깐만요.	□	รอสักครู่นะครับ	1B 6과	말하기
재미있다	▲	สนุก น่าสนใจ	1B 1과	읽고 말하기
재즈	●	แจซ	1B 5과	말하기
저기 죄송한데요.	□	ขอโทษนะคะ	1B 6과	듣고 말하기
저기요!	□	ขอโทษนะคะ	1B 7과	듣고 말하기
저도 다 못 했어요.	□	ผมเองก็ยังทำไม่เสร็จครับ	1B 8과	말하기
저도요.	□	ดิฉันเองก็เหมือนกันค่ะ	1B 8과	말하기
적다-적어요	▲	น้อย	1B 1과	말하기
전공하다	■	เรียนวิชาเอก	1B 5과	읽고 말하기
전화를 받다	◆	รับโทรศัพท์	1B 6과	듣고 말하기
정말	◆	จริง ๆ	1B 8과	읽고 말하기
정문	●	ประตูหน้า	1B 3과	듣고 말하기
제가 가지고 올게요.	□	เดี๋ยวผมไปเอามาเองครับ	1B 7과	듣고 말하기
제목	●	ชื่อเรื่อง	1B 8과	듣고 말하기
제일	◆	ที่สุด	1B 8과	말하기
조금 후	◆	อีกไม่นาน	1B 4과	읽고 말하기
조용하다-조용해요-조용한 교실	▲	เงียบ - ห้องเรียนที่เงียบ	1B 2과	말하기
졸업식	●	พิธีจบการศึกษา	1B 8과	말하기
좋은 집	◆	บ้านดี ๆ	1B 1과	듣고 말하기
주무세요-주무셨어요	■	นอน	1B 4과	말하기
주문하다	■	สั่ง (อาหาร สินค้า)	1B 4과	말하기
주황색	●	สีส้ม	1B 6과	말하기
준비 다 했어요?	□	เตรียมตัวเสร็จแล้วเหรอครับ	1B 8과	듣고 말하기
줄을 서다	◆	เข้าแถว	1B 3과	듣고 말하기
즐겁다	▲	สนุก	1B 8과	읽고 말하기
지저분하다	▲	เลอะ เปื้อน	1B 7과	말하기
진짜	◆	จริง	1B 1과	듣고 말하기
집을 찾다	◆	หาบ้าน	1B 1과	읽고 말하기
짜다	▲	เค็ม	1B 2과	말하기
짧다-짧아요-짧은 바지	▲	สั้น - กางเกงขาสั้น	1B 2과	말하기

찜질방	●	โรงเซานา จิมจิลบัง	1B 7과	말하기

ㅊ

참	◆	มาก	1B 4과	말하기
참기름	●	น้ำมันงา	1B 7과	읽고 말하기
찾아보다	■	ลองหาดู	1B 6과	말하기
처음	●	ตอนแรก	1B 8과	읽고 말하기
천천히	◆	ช้า ๆ	1B 6과	읽고 말하기
초록색	●	สีเขียว	1B 6과	말하기
추천하다	■	แนะนำ	1B 7과	말하기
축구하다	■	เล่นฟุตบอล	1B 5과	말하기
축제	●	เทศกาล	1B 3과	듣고 말하기
출발하다	■	ออกเดินทาง	1B 8과	듣고 말하기
출장을 가다	◆	ไปทำงานนอกสถานที่	1B 1과	말하기
춥다-추워요	▲	หนาว	1B 1과	말하기
치마	●	กระโปรง	1B 2과	말하기
치킨	●	ไก่ทอด	1B 3과	말하기
친절하다	▲	ใจดี เป็นมิตร	1B 1과	읽고 말하기
친한 친구	◆	เพื่อนสนิท	1B 4과	읽고 말하기
침대	●	เตียง	1B 2과	듣고 말하기

ㅋ

커피 한잔하다	◆	ดื่มกาแฟสักแก้ว	1B 3과	말하기
케이팝	●	เคพอป	1B 5과	말하기
켜다	■	เปิด (เครื่องใช้ไฟฟ้า)	1B 7과	말하기
코	●	จมูก	1B 4과	말하기
코미디 영화	●	ภาพยนตร์คอเมดี	1B 5과	말하기
코트	●	เสื้อโคต	1B 6과	말하기
콘서트에 가다	◆	ไปดูคอนเสิร์ต	1B 3과	말하기

쿠키를 만들다	◆	ทำคุกกี้	1B 3과	말하기
크게	◆	อย่างดัง (เสียง)	1B 6과	읽고 말하기
크다-커요	▲	ใหญ่	1B 1과	말하기
클래식	●	คลาสสิก	1B 5과	말하기

ㅌ

탁구를 치다	◆	เล่นปิงปอง	1B 5과	말하기
테니스를 치다	◆	เล่นเทนนิส	1B 5과	말하기
테이블을 닦다	◆	เช็ดโต๊ะ	1B 7과	말하기
토끼	●	กระต่าย	1B 6과	읽고 말하기
퇴근 후	◆	หลังเลิกงาน	1B 5과	듣고 말하기
특히	◆	โดยเฉพาะอย่างยิ่ง	1B 5과	읽고 말하기

ㅍ

파	●	ต้นหอม	1B 7과	읽고 말하기
파란색	●	สีฟ้า	1B 6과	말하기
팔	●	แขน	1B 4과	말하기
편집	●	การตัดต่อ	1B 5과	읽고 말하기
편하다	▲	สะดวก	1B 1과	읽고 말하기
포장하다	■	ห่อ	1B 7과	말하기
표를 사다	◆	ซื้อตั๋ว	1B 3과	듣고 말하기
푸드 트럭	●	ฟูดทรัก	1B 1과	말하기
푹 쉬세요.	□	พักผ่อนมาก ๆ นะคะ	1B 4과	듣고 말하기
프로그램	●	โปรแกรม	1B 5과	읽고 말하기
프로젝트가 있다	◆	มีโปรเจ็กต์	1B 1과	말하기
플루트를 불다	◆	เป่าฟลูต	1B 5과	말하기
피아노를 치다	◆	เล่นเปียโน	1B 5과	말하기
필요하다	▲	ต้องการ จำเป็น	1B 8과	듣고 말하기

하모니카를 불다	◆	เป่าหีบเพลง	1B 5과	말하기
하얀색	●	สีขาว	1B 6과	말하기
학기	●	เทอม ภาคการศึกษา	1B 1과	읽고 말하기
학년	●	ชั้นปี	1B 5과	읽고 말하기
학생증	●	บัตรนักเรียน	1B 6과	듣고 말하기
학원에 다니다	◆	ไปโรงเรียนกวดวิชา	1B 5과	읽고 말하기
한 달에 45만원이에요.	□	เดือนละ 450,000 วอนค่ะ	1B 2과	듣고 말하기
한국말	●	ภาษาเกาหลี	1B 4과	말하기
한번 드셔 보세요.	□	ลองรับประทานดูสักครั้งสิครับ	1B 7과	듣고 말하기
한번 물어보세요.	□	ลองถามดูสิครับ	1B 6과	듣고 말하기
한복	●	ชุดฮันบก	1B 4과	말하기
한복	●	ชุดประจำชาติเกาหลี ฮันบก	1B 7과	말하기
할머니	●	คุณย่า	1B 4과	읽고 말하기
할아버지	●	คุณปู่	1B 4과	읽고 말하기
항상	◆	เสมอ ตลอด	1B 1과	읽고 말하기
혹시 이거예요?	□	ไม่ทราบว่าใช่อันนี้หรือเปล่าครับ	1B 6과	듣고 말하기
확인(을) 하다	◆	เช็ก ยืนยัน	1B 7과	말하기
휴게실	●	ห้องนั่งเล่น	1B 8과	읽고 말하기
휴일	●	วันหยุด	1B 8과	읽고 말하기
힘들다	▲	ลำบาก	1B 5과	말하기
힙합	●	ฮิปฮอป	1B 5과	말하기